அன்பே... இந்தியா

2 நாவல்கள்

இது பொதுவழி அல்ல!

ராஜேஷ்குமார்

RAJESHKUMAR
RK
Publishing

ISBN: 978-93-90771-70-7

இரு நாவல்கள் தொகுப்பு (RK062)

அன்பே இந்தியா முதல் நாவல்	**இது பொதுவழி அல்ல** இரண்டாவது நாவல்

ராஜேஷ்குமார்

முதல் பதிப்பு - ஜூலை 2023

வெளியீடு: RK பப்ளிஷிங், 23, யமுனா தெரு,
க்யூரியோ கார்டன் அவென்யூ, வடவள்ளி, கோயம்புத்தூர் - 641 046.

அட்டை வடிவமைப்பு: ராஜரத்தினம்

நூல் வடிவமைப்பு: ப. பரமேஸ்வரி, இன்லெட்பஃப் சொல்யூஷன்ஸ்

A collection of two novels (RK062)

Anbey India First Novel	**Ithu Pothuvazhi Alla** Second Novel

Rajeshkumar

First Edition - July 2023

Published by: RK Publishing, 23, Yamuna Street,
Curio Garden Avenue, Vadavalli, Coimbatore - 641046.
Mob: 89251 16783
email: rkpublishing41@gmail.com
Web: www.rajeskumarnovels.com

Cover Designed by: Rajarathinam

Book Designed by: P Parameswari, inletPUB Solutions, www.inletpub.com

அன்பே... இந்தியா

இந்த கதை 2000 ஆம் ஆண்டு
க்ரைம் நாவல் என்ற இதழில் வெளிவந்தது

1

அதிகாலை நான்கு மணி. காஷ்மீர் எல்லைப்பகுதி.

வெளியே பனி வெண்ணெயாய் பெய்து கொண்டிருக்க, ராணுவ பாரக்ஸையொட்டி ஒரே சீராய் முளைத்து இருந்த க்வார்ட்டர்ஸ் கட்டிடங்கள் இருட்டில் புதைந்து போய் இருந்தன. ஒரே ஒரு க்வார்ட்டர்ஸ் மட்டும் மெல்லிய வெளிச்சத்தோடு விழித்துக் கொண்டு சின்னச் சின்ன சலனங்களை வெளிப்படுத்தியது.

நகுல் பௌடர் பாலில் டீ தயாரித்துக் கொண்டிருக்க, ரவி பக்கத்தில் வந்து நின்றான். இரண்டு பேரும் ராணுவ யூனிஃபார்மில் - ஆறடி உயரத்தில் கம்பீரம் காட்டினார்கள். இரண்டு பேர்க்குமே சம வயது.

“மணி என்ன நகுல்...?”

“சரியாய் நாலு அஞ்சு ...”

“ஜீப் எத்தனை மணிக்கு வரும்?”

“நாலரைக்கு...”

“போக வேண்டிய இடம்... பத்தி ஏதாவது சொன்னாங்களா...?”

“ஒண்ணும் சொல்லலை.”

“எத்தனை பேரை இப்படி கூப்பிட்டிருப்பாங்க?”

“தெரியலை... போய்ப் பார்த்தாதான் தெரியும்.”

"ஓரே குழப்பமா இருக்கு..."

நகுல் சிரித்தான். "ராணுவத்தோட மேலிடக் கட்டளைகள் எப்பவுமே குழப்பமாத்தான் இருக்கும். அதை செயல்படுத்த வேண்டிய நேரம் வர்றபோதுதான் எதுவுமே புரியும்."

"நகுல்..."

"என்ன ரவி...?"

"இப்பெல்லாம் என் மனசுக்குள்ளே ஓரு எண்ணம்..."

"சொல்லு..." இரண்டு கண்ணாடி டம்ளர்களில் டீயை ஊற்றி சர்க்கரை வில்லைகளை எடுத்துப் போட்டான் நகுல்.

ரவி தொடர்ந்தான். "அவசரப்பட்டு ஒரு முடிவு எடுத்து இந்த ராணுவத்துல வந்து சேர்ந்துட்டோமோன்னு அடிக்கடி என் மனசுக்குள்ளே ஓரு சுண்டெலி எட்டிப் பார்க்குது."

"அந்த சுண்டெலியை மொதல்ல விரட்டு..."

"விரட்ட முடியலை."

"அப்படியொரு எண்ணம் வர்றது தப்பாச்சே..."

"தப்புதான்... பட்... என்னால தவிர்க்க முடியலை."

ஒரு டீ டம்ளரை எடுத்துக் கொடுத்தான் நகுல். "உனக்கு ஏன் அப்படிப்பட்ட எண்ணம் வருது...?"

"இன்னிக்கு இந்த தேசத்துல ஊழல் செய்யற அரசியல்வாதிகளும், நாட்டை அழிவுப் பாதைக்கு அழைச்சுட்டுப் போற தீவிரவாதிகளும் தான் தலைவர்களா இருக்காங்க. அந்தத் தலைவர்களை ஜனங்களும் ஏத்துக்கறாங்க... இப்பேர்ப்பட்ட தலைவர்களையும் மக்களையும் பாதுகாக்க ராணுவம் தேவைதானான்னு எம் மனசுக்குப்படுது."

நகுல் ஒரு வாய் டீ குடித்துவிட்டு சிரித்தான். "எந்த நாட்டுலதான் ஊழல் இல்லை. தீவிரவாதம் இல்லை. ரவி...! நீ ஒரு உண்மையை யோசிச்சுப் பார்த்தியா?"

"என்ன...?"

“இந்தியாவில் எப்ப தேர்தல் நடந்தாலும் சரி வோட்டுப் பதிவு அறுபது பர்செண்ட்டுக்கு மேல் போகவே போகாது... காரணம் என்ன தெரியுமா...?”

“என்ன...?”

“வோட்டுப் போடாத அந்த நாற்பது பர்சண்ட் மக்கள் அரசியலையும் அரசியல்வாதிகளையும் வெறுக்கிற ரகம். எந்த வம்புதும்புகளுக்கும் போகாத அப்பாவி மக்கள். அவங்களையாவது காப்பாத்த ராணுவம் வேணுமா வேண்டாமா...? எல்லாத்துக்கும் மேலா நம் நாட்டு எல்லைகளை தினசரி தொல்லைகளா மாத்திகிட்டு இருக்கிற பாகிஸ்தான் தீவிரவாதிகளுக்கு பாடம் புகட்டவாவது ராணுவம் வேண்டாமா...?”

ரவி டீயைக் குடித்து முடித்தான். காலி கண்ணாடி டம்ளரை பெரிய சத்தத்தோடு டீபாயின் மேல் வைத்தான்.

“நகுல்...! நான் ஒரு கேள்வி கேட்டா நீ தப்பா நினைக்கமாட்டியே...?”

“நீ இன்னிக்கு எல்லாத்தையுமே தப்புத் தப்பாதான் கேட்டுகிட்டு இருக்கே... எதை வேணும்ன்னாலும் கேளு. அது தப்பா இருந்தாக்கூட தப்பா எடுத்துக்கமாட்டேன்.”

ரவி சில விநாடிகள் மௌனமாய் இருந்து விட்டு கேட்டான்.

“பாகிஸ்தானை நம்மால ஜெயிக்க முடியுமா?”

நகுல் ரவியை வியப்பாய் பார்த்தான். பின் மெல்ல கேட்டான். “நீ என்ன நினைக்கிறே...?”

“ஜெயிக்க முடியாதுன்னு என் மனசுக்குப்படுது”

“பாகிஸ்தானுக்கும் நமக்கும் இதுவரை மூணு தடவை போர் மூண்டிருக்கு. மூணு தடவையும் பாகிஸ்தானோட வாலை ஒட்ட நறுக்கியிருக்கோம். இது உனக்குத் தெரியாதா என்ன?”

ரவி தோள்களைக் குலுக்கினான்.

“அது பழைய கதை... இனிமே ஒரு போர் வந்தா பாகிஸ்தானை ஜெயிக்கிறது கஷ்டம்...”

“எங்கேயாவது கிளி ஜோஸியம் பார்த்தியா?”

“இது கிளி ஜோஸியம் கிடையாது நகுல். ‘தி கள்ப்’ என்கிற ஒரு பத்திரிக்கையில் ஆப்கான் நாட்டு ராணுவத் தளபதி சொல்லியிருக்கார்...”

நகுல் சிரித்தான். “பாகிஸ்தானுக்கு பல்லக்கு தூக்கறதுல யாருக்கு முதலிடம்ன்னு போட்டி வெச்சா அந்த முதல் இடம் ஆப்கான் நாட்டு ராணுவத் தளபதிக்குத்தான் கிடைக்கும். ஒண்ணை மட்டும் ஞாபகம் வெச்சுக்கோ ரவி... இந்தியாவை எந்தக் காலத்திலும் சரி பாகிஸ்தானாலே ஜெயிக்கவே முடியாது. பாகிஸ்தான்கிட்ட அணுஆயுத பலம் நிறைய இருக்கலாம். ஆனா அதைவிட பெரிய பலமான நியாயம் நம்மகிட்ட இருக்கு”. நகுல் சொல்லிக் கொண்டிருக்கும் போதே அறையின் மூலையில் பொருத்தப்பட்டு இருந்த அந்தச் சிறிய வயர்லஸ் செட் சிவப்பு விளக்கை எரிய விட்டபடி ‘பீப்... பீப்...’ என்று குரல் கொடுத்தது.

நகுல் வேகமாய் போய் ஹெட்போனை எடுத்து காதுகளில் பொருத்திக் கொண்டு பேச ஆரம்பித்தான்.

“ஸார்... நான் நகுல்...”

மறுமுனையில் பார்டர் செக்யூரிட்டி சீஃப் கமாண்டோ ஆபீஸர் ரகோத்தம் பேசினார்.

“நீயும் ரவியும் ரெடியாகிவிட்டீர்களா...?”

“ரெடியாகிவிட்டோம் ஸார். ஜீப்புக்காக காத்துக் கொண்டிருக்கிறோம்.”

“உங்களுக்காக ஜீப் வந்து கொண்டிருக்கிறது. நீங்கள் இருவரும் என்னை வந்து சந்திக்கப் போகிற விஷயம் வேறு யார்க்கும் தெரியாதே...?”

"தெரியாது ஸார். யாரிடமும் சொல்லக் கூடாது என்பதுதான் நீங்கள் இட்ட கட்டளையாயிற்றே...?"

"இனி மேலும் யார்க்கும் தெரியக்கூடாது. இது ஒரு 'இன் – காமிரா – ஆக்ஷன்'. செயல்பாடுகள் வெற்றி பெறும் வரை மற்றவர்களிடம் மௌனத்தைக் கடைப்பிடிப்பது மிகமிக முக்கியம்..."

"நானும் ரவியும் அதைக் கடைப்பிடிப்போம் ஸார்."

"உங்களை அழைத்துச் செல்ல வரும் ஜீப்பைப் பற்றி தெரிந்து கொள்ளுங்கள். இட்டாலி டைப் ஜீப். நெம்பர் AR.BTN 4678. ஜீப்பை ஓட்டி வரும் ட்ரைவரின் பெயர் பர்ஷாத். ரகசியப் பணிகளுக்காகவே நியமிக்கப்பட்ட ட்ரைவர். ஊமை. எழுதப்படிக்கத் தெரியாது. அவன் ஒரு ரோபோட் மாதிரி செயல்படுவான். ஜீப்பில் பயணம் செய்யும் போது நீங்கள் இருவரும் எதுவும் பேசக்கூடாது. இருபது நிமிஷப் பயணத்தை மௌனத்தில்தான் கழிக்க வேண்டும்..."

"எஸ்... ஸார்..."

"சரியாய் நாலே முக்கால் மணிக்கு 'ஹாட் ஹவர்ஸ்' அறையில் சந்திப்போம்..."

வயர்லஸ் இரைவது நின்றது. நகுல் ஹெட்போனைக் கழற்றி வால் ஹூக்கில் மாற்றிவிட்டு சிகரெட் பற்ற வைக்கும் முயற்சியில் இருந்த ரவியிடம் வந்தான்.

"ஜீப் வந்துட்டிருக்கு ரவி..."

"வயர்லஸ்ஸில் பேசினது யார்...?"

"ரகோத்தம்..."

"எதுக்காக இந்த ரகசிய அழைப்பு... ஏதாவது சொன்னாரா?"

"மனுஷன் மூச்சு காட்டலை... ஜீப்ல நாம பயணம் பண்ணும் போதும் ஏதும் பேசக்கூடாதாம்."

"வாய்க்கு ப்ளாஸ்த்ரி போட்டுக்கச் சொன்னாரா?"

“கிட்டத்தட்ட அது மாதிரிதான்...”

வெளியே மழை பெய்கிற தினுசில் ஏதோ சத்தம் கேட்க ரவி பக்கவாட்டு ஜன்னலைத் திறந்து பார்த்தான்.

வெளியே -

பரவியிருந்த வைகறை இருட்டில் அந்த ராணுவ ஜீப்பின் மினுமினுப்பான உடம்பு தெரிந்தது. அதன் உடம்பில் அடிக்கப்பட்டிருந்த கரும்பச்சை பெயிண்ட் இருட்டோடு மெர்ஜாகி கண்களை ஏமாற்றியது.

“நகுல்! ஜீப் வந்தாச்சு...”

“நான் ரெடி...” கேன்வாஸ் பேக் ஒன்றை எடுத்து தோளில் மாட்டிக் கொண்டான் நகுல்.

ரவி கையில் வைத்து இருந்த கடைசி செ.மீ சிகரெட்டை ஜன்னல் வழியே சுண்டியெறிந்துவிட்டு நகுலை ஏறிட்டு ஒற்றை விரலைக் காட்டினான்.

“என்ன...?”

“யூரின்...”

“அதுக்கென்ன பாஸ்போர்ட்டா வேணும்...? போய்ட்டு வா...”

ரவி க்வார்ட்டர்ஸின் பின்பக்கம் இருந்த டாய்லட்டை நோக்கிப் போனான். கதவைத் திறந்து கொண்டு உள்ளே நுழைந்தவன் தாழ்ப்பாளைப் போட்டுவிட்டு வாஷ் பேசினுக்கு பக்கத்தில் போய் மண்டியிட்டு உட்கார்ந்தான். அதன் அடிப்புற இணைப்புக்கு கையைக் கொண்டு போய் எதையோ திருகி வெளியே எடுத்தான்.

ஒரு பேனாவின் நீளத்துக்கு வெளிப்பட்ட அது மெலிதான பச்சை வண்ணத்தில் பளபளத்தது. அதை தன் இடுப்புக்கு கொண்டு போய் பத்திரப்படுத்தினான் ரவி.

ஸிங்க்கில் தண்ணீரை ஃப்ளஷ் செய்துவிட்டு வெளியே வந்தான்.

நகுல் வாசற்படியில் காத்திருந்தான்.

"என்ன ரவி... கிளம்பலாமா?"

"இதோ...!" கேன்வாஸ் பையை எடுத்து தோளில் போட்டுக் கொண்டான்.

வீட்டைப் பூட்டிக் கொண்டு இருவரும் வெளியே வந்தார்கள்.

குளிர் பனியோடு சேர்த்து வெள்ளை ஊசிகளாய் மாறி ஸ்லோமோஷனில் கீழே இறங்கிக் கொண்டிருந்தது.

நகுல் கையில் இருந்த சிறிய டார்ச்சை உபயோகப்படுத்த வெளிச்சவட்டம் ஜீப்பின் மேலும் ட்ரைவர் மேலும் விழுந்தது. ஜீப் நெம்பரையும் ட்ரைவர் பர்ஷாத்தின் அடையாள அட்டையையும் சரி பார்த்தபின் ஜீப்புக்குள் ஏறி உட்கார்ந்தான்.

ரவி எங்கோ பார்த்துக் கொண்டு நிற்க நகுல் அவன் தோளில் தட்டினான்.

"ரவி...! கெட்... இன்...! எங்கே பராக்கு பார்த்துகிட்டு நிக்கிறே...?"

ரவி ஏறி உட்கார்ந்தான். ஜீப் உடம்பை உதறிக் கொண்டு கிளம்ப நகுல் அவன் காதருகே குனிந்தான்.

"ரவி...! நீ இன்னிக்கு சரியில்லை. காலையில் கண் விழிச்சதிலிருந்தே நீ அவுட் ஆஃப் ஆர்டர். என்ன ப்ராப்ளம்? ஊர்ல இருக்கிற புதுப் பெண்டாட்டி ஞாபகம் வந்துருச்சா...?"

"அதெல்லாம்... ஒண்ணுமில்லை..."

"பின்னே... என்ன...?"

"என் மனசுக்குள்ளே ஒரு பயம்."

"என்ன பயம்...?"

"மரண பயம்..."

"ரவி..." நகுல் திகைக்க, ரவி தலை குனிந்தபடி மெல்லிய குரலில் சொன்னான்.

"நாம ரெண்டு பேரும் உயிரோட இருக்கப் போகிற கடைசி நாள் இது...!"

"முட்டாள்...! நீ என்ன சொல்றே...?"

"உண்மையைச் சொல்றேன்..."

ஜீப் இருட்டில் தலை தெறிக்கிற வேகத்தில் போய்க் கொண்டிருந்தது.

2

ரோஸ்ட்மென் நிறத்தில் பெரிய பெரிய பலூன்கள் வெடித்து உள்ளே போட்டு வைத்து இருந்த ஜிகினாத் தாள்கள் காற்றில் பரவி ஃப்ளட் லைட் வெளிச்சத்தில் பளபளத்தன. பீர் பாட்டில்கள் மூர்க்கமாய் குலுக்கப்பட்டு நுரையை பீய்ச்சியடித்தன. நகரின் டிஸ்கொத்தே க்ளப்புகளில் போதையோடு இருந்த ஆண்களும் பெண்களும் தாறுமாறாய் ஸ்டெப் போட்டு நடனமாடினார்கள். புது நூற்றாண்டுக்குள் மக்கள் ஆர்ப்பாட்டமில்லாமல் நுழைந்து கொண்டிருந்த அந்த நள்ளிரவில் சென்னை - பெங்களூர் ஹைவேஸ் நெடுஞ்சாலையின் அந்த வளைவுப் பகுதி போலீஸ் நடவடிக்கைகள் காரணமாய் பரபரப்பாய் தெரிந்தது.

ரோட்டோரமாய் பல வருஷ காலமாய் திம்மென்று நின்றிருந்த புளிய மரத்தில் அந்த மெரூன் நிற லெக்சஸ் கார் ஆவேசமாய் மோதி முத்தமிட்டுக் கொண்டிருந்தது. காரின் கண்ணாடிகள் சில்லு சில்லாய் சிதறி ரோடு முழுக்க கற்கண்டு தூளாய் பரவியிருந்தது.

போலீஸ் ஜீப் ஒன்று தனியே நின்று வயர்லஸ் பேசிக் கொண்டிருந்தது.

இன்ஸ்பெக்டர் ராஜேந்திரன் பக்கத்தில் நின்றிருந்த கான்ஸ்டபிளிடம் கேட்டுக் கொண்டிருந்தார்.

"கார் யாரோடதுன்னு தெரிஞ்சுதா...?"

"இல்ல... ஸார்... கார் நெம்பரை நோட் பண்ணி கண்ட்ரோல் ரூமுக்கு தகவல் கொடுத்திருக்கோம். வெயிட்டிங் ஃபார் இன்பர்மேஷன்..."

"கார்க்குள்ளே எத்தனை பேர் இருக்காங்க?"

"ட்ரைவர் மட்டும்தான் ஸார். ஸ்பாட்லயே ஆள் அவுட்."

"கார் ரொம்பவும் காஸ்ட்லியா இருக்கு. பெரிய புள்ளி யார்க்காவது சொந்தமாக இருக்கலாம்..."

ஜீப்பில் பொருத்தியிருந்த வயர்லஸ் கூப்பிட்டது. ராஜேந்திரன் வேகவேகமாய் போய் தொடர்பு கொண்டார்.

"எஸ்... இன்ஸ்பெக்டர் ராஜேந்திரன் ஹியர்."

"திஸ் ஈஸ் கண்ட்ரோல் ரூம் ஸார். மெட்ராஸ்-பெங்களூர் ஹைவேஸ் ரோட்டில் விபத்துக்குள்ளான லெக்சஸ் காரைப்பத்தின விபரங்கள் கிடைச்சிருக்கு ஸார்."

"சொல்லுங்க... அந்த கார் யார்க்கு சொந்தமானது...?"

"ஸார்... சமீபத்துல உலக அழகியா தேர்ந்து எடுக்கப்பட்ட சோனாவோட கார் அது..."

ராஜேந்திரனின் நெற்றிப் பரப்பில் வியப்பின் கோடுகள் உற்பத்தியாகி அப்படியே நிலைத்தன.

"போன மாசம் உலக அழகியா தேர்ந்து எடுக்கப்பட்ட மெட்ராஸைச் சேர்ந்த சோனாவோட காரா அது...?"

"ஆமா ஸார்..."

ராஜேந்திரன் இன்னமும் திகைப்பில் இருந்தார். உலக அழகி சோனா சென்ற மாதத்தின் ஆரம்பத்தில் சிகாக்கோவில் நடைபெற்ற அழகிப் போட்டியில் 'மிஸ் மில்லேனியம்' பட்டம் தட்டிய தமிழகத்து ஐஸ்வர்யாராய். இண்டர்நெட்டின் வெப் சைட்டுகளும், டி.வியின் சானல் திரைகளும், பத்திரிக்கை காகிதங்களும் இப்படி ஒரு தேவதையை இத்தனை வருஷங்களாய் பார்த்ததே இல்லை என்றும் கற்பூரம் அடித்து சத்தியம் செய்திருந்தன.

‘அந்த சோனாவின் காரா இது...?’

ராஜேந்திரன் வயர்லஸ்ஸில் கேட்டார். “சோனா வீட்டு டெலிபோன் நெம்பர் என்ன...?”

“எய்ட் ஃபைவ் டபுள் டூ நைன் செவன்”

“காண்ட்டெக்ட் பண்ணினீங்களா?”

“அந்த போன் நெம்பரை காண்டாக்ட் பண்ணினோம். ரிங் போய்கிட்டேயிருந்தது ஸார்...”

“சோனாவோட அட்ரஸ் என்ன?”

“பெசண்ட் நகர்ல கோல்டன் விங்க்ஸ் காலனி ஃபிப்த் க்ராஸ்ல டோர் நெம்பர் சிக்ஸ்ட்டி நைன் ஸார்...”

“டெலிபோனை யாரும் அட்டெண்ட் பண்ணலைன்னா நிச்சயமா அது அவுட் ஆஃப் ஆர்டராகத்தான் இருக்கும்...! யாராவது ஒருத்தர் நேர்ல போய் பாருங்க...”

“எஸ்... ஸார்...”

“ஆக்ஸிடெண்ட் ஆன கார்க்குள்ளே சோனா இல்லை. ட்ரைவர் மட்டும்தான் இருக்கான். அவனும் ஸ்பாட்டெட். விபத்து எப்படி நடந்ததுன்னும் தெரியலை. சோனாவை எப்படியாவது காண்டாக்ட் பண்ணியாகணும்...”

“வி வில் மேக் அரேன்ஜ்மெண்ட்ஸ் ஸார்.”

“அரை மணி நேரத்துக்குள்ளே எனக்கு தகவல் வரணும்...”

“வரும் ஸார்...”

ராஜேந்திரன் வயர்லஸ்ஸை அணைத்துவிட்டு விபத்துக்குள்ளான காரை நோக்கிப் போனார். ரோட்டின் ஓரத்தில் இருந்த மின்கம்பத்திலிருந்து வாங்கின மின்சாரத்தை வெளிச்ச வெள்ளமாய் உமிழ்ந்து கொண்டிருந்தன காவல் துறை கொண்டு வந்திருந்த ஃப்ளட்லைட்டுகள். ஹைவேஸ் ரோட்டில் லாரிகளின் போக்குவரத்து தயக்கத்தோடு நிகழ்ந்து கொண்டிருந்தது.

சப் - இன்ஸ்பெக்டர் சீமா, ராஜேந்திரனை நெருங்கி வந்து கவலைப்பட்டாள். சீமா பெண் போலீஸ். விம்மிய யூனிஃபார்மோடு வளைய வரும் சீமா காக்கி டிபார்ட்மெண்ட்டின் பெண் புலி. கிரண்பேடி மாதிரி வரவேண்டும் என்பதற்காக போலீஸில் சேர்ந்தவள்.

"என்ன சீமா... ஆக்ஸிடெண்ட் எப்படி...? ரோடு மார்க்ஸ் ஏதாவது கிடைச்சுதா...?"

"இல்ல ஸார். காரை தலை கீழா புரட்டி போட்டாச்சு! கார்க்குள்ளே வேற யாருமே இல்லை. டிரைவர் மட்டும் கைமா போட்ட மாதிரி சதைக் குவியலா கிடக்கிறான். கார் எப்படி ஆக்ஸிடெண்ட் ஆச்சுன்னே தெரியலை..."

"ஆட்டோமொபைல் சர்வேயர் ஸ்பாட்டுக்கு வந்தா விபத்து நடந்த விதத்தை சுலபமா கண்டுபிடிச்சு சொல்லிடுவார். அவர்க்கு தகவல் அனுப்பியாச்சா...?"

"இல்ல ஸார்..."

"மொதல்ல தகவல் கொடுங்க... விபத்து எப்படி நடந்து இருக்கும்ன்னு கெஸ் பண்ண முடியலை. சோனா எங்கேன்னும் தெரியலை... ட்ரைவர் மட்டும் இந்த ஹைவேஸ் ரோட்ல காரை ட்ரைவ் பண்ணிகிட்டு எங்கே போய்கிட்டு இருந்தான்னும் தெரியலை."

ராஜேந்திரன் சொல்லிக் கொண்டிருக்கும் போதே - ரோட்டோரத்தில் அந்த அம்பாசிடர் கார் வேகமாய் வந்து டயர்கள் தேய நின்றது. ராஜேந்திரனும் சீமாவும் திரும்பிப் பார்த்தார்கள்.

ஒரு இளைஞன் காரினின்றும் இறங்கி முகமெல்லாம் வியர்த்து வடிய ராஜேந்திரனை நோக்கி வந்து கொண்டிருந்தான்.

"ஸ...ஸார்..."

பக்கத்தில் வந்து நின்று மூச்சு வாங்கியவன் - சில விநாடிகள் தன்னை ஆசுவாசப்படுத்திக் கொண்டவன்

பதட்டம் தணியாத குரலில் கேட்டான். "எப்படி ஸார்... ஆக்ஸிடெண்ட்...? மேடத்துக்கு ஒண்ணும் ஆயிடலையே...?"

"மேடம்ன்னா யாரு...?"

"சோனா ஸார்..."

"நீங்க யாரு...?"

"சோனாவுக்கு செக்ரட்ரி ஸார்... ஆக்ஸிடெண்ட் எப்படி ஸார்...? மேடத்துக்கு ஒண்ணும் ஆயிடலையே...?"

ராஜேந்திரன் நிமிர்ந்தார்.

"உங்க மேடம் சோனா கார்ல இல்லையே...? ட்ரைவர் மட்டும்தான் கார்ல இருந்திருக்காரு... அந்த ஆளும் இப்ப உயிரோட இல்லை."

இளைஞன் திகைத்தான். "ஸார்... மேடமும் கார்ல புறப்பட்டு வந்தாங்க ஸார். ஹோட்டல் கன்னிமாராவில் மேடத்துக்கு ஒரு பாராட்டு விழா நடந்தது. விழாவை முடிச்சுகிட்டு ரெண்டு மணி நேரத்துக்கு முன்னாடி இதே கார்லதான் பெங்களூர் புறப்பட்டாங்க. எனக்கு வேற வேலை கொஞ்சம் இருந்ததால் அதை பார்த்துகிட்டு நான் புறப்பட்டேன்... கார் இந்த பக்கமா வந்தப்ப ரோட்ல நின்னுட்டிருந்தவங்க ஆக்ஸிடெண்ட்ன்னு பேசிகிட்டதால எட்டிப் பார்த்தேன். மேடத்தோட கார்ன்னு தெரிஞ்சதும் ஆடிப் போய்ட்டேன்."

"உங்க பேர் என்ன?"

"சுதாகரன்..."

"சோனா இந்த கார்லதான் வந்தாங்கன்னு உங்களுக்கு நிச்சயமா தெரியுமா...?"

"என்ன ஸார் இது...? இந்த லெக்சஸ் கார் மேடத்துக்கு பரிசா கிடைச்ச கார். இதுலதான் அவங்க ஜர்னி பண்ணுவாங்க. பெங்களூர்ல நாளைக்குக் காலையில் ஹோட்டல் அனார்கலியில் மேடத்துக்கு ஒரு பாராட்டு விழா. அதுல கலந்துக்கத்தான் புறப்பட்டுப் போனாங்க..."

“கூட வேற யாராவது கார்ல ஏறினாங்களா?”

“இல்ல ஸார்... மேடமும் ட்ரைவரும் மட்டும்தான். வேற யாரும் கார்ல ஏறலை...”

“ட்ரைவர் பேர் என்ன...?”

“பழனியப்பன் ஸார். வெரி எக்ஸ்ப்பீரியன்ஸ்ட் ட்ரைவர். இதுவரைக்கும் அவர் ட்ரைவ் பண்ணி கார் ஆக்ஸிடெண்ட் ஆனதே கிடையாது.”

சப் இன்ஸ்பெக்டர் சீமா குறுக்கிட்டு சுதாகரனிடம் கேட்டாள்.

“சோனாகிட்ட செல்போன் இருக்கா?”

“இருக்கு...”

“அவங்க செல்போனை காண்டாக்ட் பண்ணிப் பார்த்தா சோனா இருக்கிற இடம் தெரிஞ்சுருமே...?”

“இது எனக்குத் தோணவேயில்லையே...” என்று அவசரக் குரலில் சொன்ன சுதாகரன் தன்னுடைய பாக்கெட்டில் இருந்த செல்போனை எடுத்து சோனாவின் செல்லுக்குரிய எண்களைத் தட்டினான்.

மறுமுனை மௌனம் சாதித்தது.

சுதாகரன் மறுபடியும் எண்களை அழுத்தினான். சோனாவின் செல்போன் நிசப்தம் காத்தது.

“ரெஸ்பான்ஸ் இல்ல ஸார்... செல்போனை ஆஃப் பண்ணி வெச்ச மாதிரியும் தெரியலை...”

“ஸோ... சோனாவுக்கு ஏதோ ஆபத்து...”

“கண்டிப்பா ஸார்...”

“கடத்தப்பட்டிருக்கலாமோ...?”

“மே...பி... ஸார்”

“எதிரிங்க யார்...?”

“எப்படி ஸார்... சொல்ல முடியும்...! நம்மைச் சுத்தி இருக்கிறவங்கள்ல யார் நல்லவங்க யார் கெட்டவங்கன்னு

எதை வெச்சு சொல்ல முடியும்...?" சுதாகரன் கலக்கமாய் சொல்லிக் கொண்டிருக்கும் போதே கான்ஸ்டபிள் ஒருவர் ராஜேந்திரனை வேகவேகமாய் நெருங்கினார்.

"ஸார்..."

"என்ன விக்டர்...?"

"கார்க்குப் பக்கத்துல இது பளபளப்பா கிடந்தது ஸார்." கான்ஸ்டபிள் நீட்டியதை வாங்கிப் பார்த்தார் ராஜேந்திரன்.

அது ஒரு நீள் செவ்வக ஸிந்தட்டிக் விசிட்டிங் கார்டு. அதில் தங்க மை எழுத்துக்கள்.

ராஜேந்திரன் கார்டை உயர்த்திப் பிடித்து படித்துப் பார்த்தார்.

ஜி. தத்தா. எம்.எஸ்.சி.பி.ஹெச்.டி.

(ப்ரொஃபசர் ஆஃப் பயோ-கெமிக்கல் டெக்னாலஜி)

158, ரிங்ரோடு,

செக்டார் 41,

காஸ்மா சிட்டி.

சென்னை.

வெப்சைட் WWW.TATTA.COM.

ராஜேந்திரன் கார்டை படித்துவிட்டு சுதாகரனிடம் திரும்பினார்.

"யார் இந்த தத்தா... உங்களுக்கு தெரியுமா?"

3

ஜீப் காற்று மண்டலத்தை சிராய்த்தபடி இருட்டில் வேகமாய் போய்க் கொண்டிருக்க, நகுல் குழப்பமான பார்வையோடு ரவியைத் தொட்டான்.

"ரவி..." கிசுகிசுப்பாய் கூப்பிட்டான்.

"ம்..."

"இப்ப நீ சொன்னது எந்த அளவுக்கு நிஜம்ன்னு எனக்குத் தெரியாது. நாம ரெண்டு பேரும் உயிரோடு இருக்கப் போற கடைசி நாள் இதுன்னு சொன்னே... அப்படியே இருந்தாலும் அதுக்காக நாம கவலைப்படக் கூடாது. ஏன்னா இந்த ராணுவத்தில் சேர்ந்த நிமிஷமே உயிர் தேசத்துக்குன்னு எழுதப்படாத பத்திரத்துல மானசீகமா கையெழுத்து போட்டுட்டோம்."

பதிலுக்கு ரவி கிசுகிசுத்தான். "அது எனக்கும் தெரியும் நகுல்...! இருந்தாலும மரணம் பக்கத்துல வந்துட்டிருக்கும்போது பயப்படாமே இருக்க முடியுமா...?"

"ரவி...! இன்னிக்கு உனக்கு என்னாச்சு...? இவ்வளவு வெக்ஸ்ட்டா பேசி நான் கேட்டதே இல்லை. பார்டர் செக்யூர்ட்டி சீஃப் கமாண்டோ ஆபீஸர் ரகோத்தம் இன்னிக்கு உன்னையும் என்னையும் ஒரு முக்கிய பணிக்காக கூப்பிட்டிருக்கார். இது யார்க்குமே கிடைக்காத ஒரு வாய்ப்பு. இதை நினைச்சு நீ சந்தோஷப்படணும்..."

"பலியாடுகள் சந்தோஷப்பட முடியாது."

“ரவி...! இன்னும் கொஞ்ச நேரம் உன்கிட்ட பேசிட்டிருந்தா எனக்குள்ளே இருக்கிற மனோதிடம் காணாமே போயிடும். ஆபீஸர் ரகோத்தமை போய்ப் பார்க்கிற வரைக்கும் நீ பேசாமே வா... உன்னோட குழப்பமான மனசு தெளிவடையணும்ன்னா கண்ணை மூடிகிட்டு ப்ரேயர் பண்ணு...”

ஜீப் அந்த மலைப்பிரதேச வளைவுகளில் வெகு ஜாக்கிரதையாய் திரும்பி வேகம் எடுத்து கீழே வெளிச்சப் புள்ளிகளாய் தெரிந்த ராணுவ பாரக்ஸை நெருங்கிக் கொண்டிருந்தது.

ஜீப்பின் கான்வாஸ் படுதாக்களையும் மீறிக் கொண்டு காஷ்மீர குளிர்காற்று இரண்டு பேர்களின் உடம்புகளை ஊடுருவிப் பார்த்தது. மலைச்சிகரங்கள் அந்த வைகறை இருட்டிலும் பாலால் அபிஷேகம் செய்த மாதிரி பளிச்சென்று தெரிந்தது.

பதினைந்து நிமிஷ மௌனமான பயணத்துக்குப் பிறகு ராணுவ பாரக்ஸ் கட்டிடங்கள் நெருங்கின. இரண்டுகிலோ மீட்டர் தூரத்துக்கு முன்பே செக்யூர்ட்டி போஸ்ட் தடுத்தது. கேட் கார்ட்மேன் ஜீப்பை சர்ச்லைட் வெளிச்சத்தில் கழுவிப் பார்த்துவிட்டு பச்சை விளக்கை எரிய வைத்து கேட்டைத் திறந்து விட்டார்.

ஜீப் உள்ளே போயிற்று. ஒரு கிலோமீட்டர் போனதும் இன்னர் சர்க்கிள் செக்போஸ்ட் தடுத்தது. செக்யூர்ட்டி ஆபீஸர் ஒருவர் ஜீப்புக்குள் எட்டிப் பார்த்து குரல் கொடுத்தார்.

“ப்ளீஸ்...! கெட்டவுன்...”

நகுலும் ரவியும் இறங்கினார்கள். செக்யூரிட்டி ஆபீஸர் கேட்டார். “மிஸ்டர் ரகோத்தமைப் பார்க்க வந்து இருக்கிறீர்கள். இல்லையா?”

“ஆமாம்...”

"அதோ... அந்த ஜீப்பில் போய் ஏறிக் கொள்ளுங்கள்." செக்யூரிட்டி ஆபீஸர் சொல்ல நகுலும் ரவியும் போய் ஏறிக் கொண்டார்கள். ஜீப் புறப்பட்டு வேகம் எடுத்தது.

சரியாய் ஐந்து நிமிஷ பயணம்.

மரங்கள் மண்டிய அந்த ராணுவ செல்லுக்கு முன்பாக ஜீப் போய் நின்று அவர்களை இறக்கி விட்டதும் இருட்டில் பறந்து காணாமல் போயிற்று.

நகுலும் ரவியும் இருட்டான அந்த வராந்தாவில் நடந்தார்கள்.

பார்டர் செக்யூரிடி ஆபீஸர் ரகோத்தம் அவருடைய அறையில் இருப்பதற்கு அறிகுறியாக ட்யூப்லைட் வெளிச்சம் ஒளிர்ந்து கொண்டிருந்தது.

அறைக் கதவுக்கு முன்பாய் போய் நின்றார்கள். கதவு சாத்தப்பட்டிருக்க நகுல் கதவை மெல்லத்தட்ட உள்ளேயிருந்து குரல் வந்தது. "கெட் இன்..."

கதவைத் தள்ளிக் கொண்டு இருவரும் உள்ளே நுழைய பார்டர் செக்யூரிடி ஆபீஸர் ரகோத்தம் பரந்த மேஜைக்கு பின்னால் தனியாய் உட்கார்ந்திருந்தார். மேஜை, கண்ணாடி போர்த்துக் கொண்ட உடம்போடு பிரகாசமாய் தெரிந்தது. அவர்க்குப் பின்னால் இருந்த சுவர் பரப்பு முழுவதையும் அடைத்துக் கொண்டு இந்தியா பாகிஸ்தான் எல்லைகளைக் காட்டும் வரைபடம் ஒன்று பெரிதாய் ஒட்டப்பட்டு இருந்தது.

நகுல், ரவி இருவரும் சல்யூட் அடித்து பின் மெல்ல தளர்ந்து குட்மார்னிங் சொன்னார்கள்.

ஐம்பது வயதின் ஆரம்பங்களில் இருந்த ரகோத்தம் தன் வழுக்கை மண்டையைத் தடவிக் கொண்டே உதடு பிரியாமல் சிரித்தார். "குட்மார்னிங் மை டியர் பாய்ஸ். பீ ஸீட்டட்."

உட்கார்ந்தார்கள்.

ரகோத்தம் சிகரெட் ஒன்றை பற்ற வைத்துக் கொண்டு அவர்களை ஏறிட்டார். ஆங்கிலத்தில் பேச ஆரம்பித்தார்.

"உங்கள் இருவரையும் இந்த அதிகாலை நேரத்தில் இங்கே வரவழைத்ததற்கான காரணம் என்னவாக இருக்கும் என்று நினைக்கிறீர்கள்...?"

"தெரியவில்லை ஸார்..." இருவரும் ஒரு சேர தலையாட்டினார்கள்.

"ஏதாவது யூகம் செய்ய முடிகிறதா...?"

நகுல் சொன்னான். "எங்கள் இருவர்க்கும் தனிப்பட்ட முறையில் முக்கியமான பணி ஏதாவது ஒதுக்கப்பட்டு உள்ளதா ஸார்...? அப்படியிருந்தால் அது எங்களுக்கு மகிழ்ச்சியான ஒன்றாக அமையும்..."

"யூ... ஆர் கரெக்ட் நகுல்...! உங்கள் இருவரிடமும் முக்கியமான பணி ஒன்றை ஒப்படைக்கத்தான் இந்தக் காலை வேளை சந்திப்பு. இது பற்றி வெளியே யார்க்கும் தெரியாது. எனக்கு மட்டுமே கிடைத்த ஒரு ரகசியத் தகவலின் அடிப்படையில் ஒரு திட்டத்தை உருவாக்கினேன். அந்த திட்டத்தை நிறைவேற்றும் பொறுப்பை என் நம்பிக்கைக்குரிய உங்கள் இருவரிடமும் ஒப்படைக்கப் போகிறேன்... இது கொஞ்சம் அபாயகரமான பணி. உயிர்களை பணயம் வைத்து நிறைவேற்ற வேண்டிய பணி."

நகுலும், ரவியும் ஒருத்தரையொருத்தர் திகைப்பாய் பார்த்துக் கொள்ள ரகோத்தம் தொடர்ந்தார்.

"பாகிஸ்தானில் பயிற்சி பெற்ற தீவிரவாதிகள் காஷ்மீர் பகுதிகளில் ஊடுருவி நம் ராணுவத்துக்கு தொல்லை கொடுத்து வருவதும் அப்பாவி பொதுமக்களை சுட்டுக் கொல்வதும் நாளுக்கு நாள் அதிகமாகி வருகிறது. இதற்குக் காரணம் பாகிஸ்தானிலிருந்து உருவாகி வரும் புதுப்புது தீவிரவாத குழுக்கள்தான். இந்த குழுக்கள் எப்படி காஷ்மீர் பகுதிக்குள் ஊடுருவி எங்கே தங்கியுள்ளார்கள் என்பது பற்றி எனக்கு மட்டும் சில ரகசிய தகவல்கள் கிடைத்துள்ளன. அவர்களை அழிக்க ராணுவத்தை அனுப்பினால் அதை

பாகிஸ்தான் ஒரு பிரச்னையாக்கி சர்வதேச அளவுக்கு கொண்டுபோய் பாகிஸ்தானை இந்தியா தாக்கியது என்று பொய்ப் பிரச்சாரம் செய்யக்கூடும். ஸோ... முள்ளை முள்ளால் எடுப்பதுபோல் - திருடனுக்கு தேள் கொட்டியது போல் உங்கள் இருவரையும் வைத்து ஒரு திட்டத்தை செயல்படுத்தி அந்த தீவிரவாத கும்பலை அழிக்க வேண்டும் என்பது என் எண்ணம். அதற்கு உங்கள் இருவருடைய ஒத்துழைப்பும் எனக்கு வேண்டும். காமிராவுக்குள் ஃபிலிம் இருப்பதுபோல் யார்க்கும் தெரியாத ஒரு அதிரடி திட்டம் இது... இந்த அதிரடி திட்டத்தை திறமையாய் செயல்படுத்தக்கூடிய வேகமும் விவேகமும் உங்களிடம்தான் இருக்கிறது."

ரகோத்தம் சொல்லச் சொல்ல நகுலின் கண்களில் பரவசமும் மகிழ்ச்சியும் பரவியது.

"ஸார்...! பாகிஸ்தானிய தீவிரவாத கும்பலை வேரோடு களையெடுத்தால்தான் காஷ்மீரத்து மக்கள் சுதந்திரக் காற்றை சுவாசிக்க முடியும். எங்களைப் பொறுத்த வரைக்கும் இது ஒரு புனிதப்போர். திட்டம் என்ன என்பதைச் சொல்லுங்கள் ஸார். நாங்கள் அதை நிறைவேற்றி வைக்கிறோம்."

ரவி குறுக்கிட்டான். "இப்பேர்ப்பட்ட வாய்ப்பு யார்க்கும் கிடைக்காது ஸார். ஆனால் உங்கள் மூலமாக எங்களுக்கு கிடைத்து இருக்கிறது, உயிரை பணயம் வைத்து நானும் நகுலும் இந்தக் காரியத்தை செய்து முடிப்போம்."

ரகோத்தம் புன்னகைத்தார். "உங்களுடைய ஆர்வத்தைப்பத்தி எனக்குத் தெரியும். உயிரைத் துச்சமா நினைக்கவும் அதை பணயம் வைக்கவும் உங்களால மட்டுமே முடியும் என்கிற விஷயமும் எனக்குத் தெரியும்."

"சொல்லுங்கள் ஸார்...! உங்கள் திட்டம் என்ன? நாங்கள் என்ன செய்ய வேண்டும்...?"

ரகோத்தம் கையில் இருந்த சிகரெட்டை ஆஷ்ட்ரேயில் தேய்த்துவிட்டு எழுந்தார். மேஜை மேல் இருந்த ஒரு ஃபைபர்

ஸ்டிக்கை எடுத்துக் கொண்டு சுவரில் ஒட்ட வைத்திருந்த இந்தியா - பாகிஸ்தான் வரைபடத்துக்கு அருகில் போனார். வரைபடத்தின் மேல் ஸ்டிக்கை வைத்துக்கொண்டே பேசினார்.

“காஷ்மீர் எல்லைப் பகுதியில் ஊடுருவல் தீவிரவாதத்தை வளர்த்து வரும் பாகிஸ்தான் உளவுப்படையினர் இப்போது டெல்லியையும் குறிவைக்கத் தொடங்கிவிட்டனர். டெல்லியில் தசரா திருநாள் கோலாகலமாக கொண்டாடப்படும் போது ஐ.எஸ்.ஐ உளவாளிகள் புகுந்து குண்டுகளை சரமாரியாக வெடிக்கச் செய்ய திட்டம் போட்டுள்ளனர். இதற்காக பதினெட்டு தீவிரவாதிகளுக்கு பாகிஸ்தானில் பயிற்சியளிக்கப்பட்டு வருகிறது. வடகிழக்கு மாகாணத்தில் ஐ.எஸ்.ஐ உளவுப்படை இந்தப் பயிற்சியை அளித்து வருகிறது. இது நம் உளவுப்படை மூலமாக எனக்குக் கிடைத்த ரகசியத் தகவல்.”

நகுல், ரவி இருவரும் நிமிர்ந்து உட்கார்ந்து உன்னிப்பாய் கேட்டுக் கொண்டிருக்க ரகோத்தம் குரலை தாழ்த்திக் கொண்டு தொடர்ந்தார்.

“டெல்லி தாக்கப்படும் என்கிற ரகசிய தகவலையொட்டி டெல்லி நகர் முழுவதும் போலீஸார் உஷார் நிலையில் வைக்கப்பட்டுள்ளனர். டெல்லிக்கு வரும் பஸ் பயணிகள், ரயில் பயணிகள், சுற்றுலாப் பயணிகள் எல்லோரும் வீடியோ காமிராக்கள் மூலம் கண்காணிக்கப்படுகின்றனர். தசரா பண்டிகையின் இறுதி நிகழ்ச்சியாக டெல்லி ராம்லீலா மைதானத்தில் ராவணன் கொடும் பாவியை எரிப்பார்கள். இதை ஏராளமான மக்கள் பார்த்து மகிழ்வார்கள். அப்போது தீவிரவாதிகள் குண்டுகளை வெடிக்கச் செய்து நூற்றுக்கணக்கான மக்களை கொல்ல திட்டம் போட்டு இருக்கிறார்கள்...”

நகுல் குறுக்கிட்டு கேட்டான்.

“அமர்நாத்தில் செய்த படுகொலை மாதிரி?”

“அதைப் போலத்தான்...! டெல்லி போலீஸார் இப்படி விழிப்போடு இருந்து கண்காணித்துக் கொண்டிருக்கும் போதே இந்திய - பாகிஸ்தான் எல்லையில் ஐ.எஸ்.ஐ. உளவுப்படை ‘எல்லை காப்போம்’ என்ற பெயரில் ஒரு தீவிரவாதக் குழுவை நியமித்து உள்ளது. இந்தக் குழு எல்லையில் இருக்கும் நம் ராணுவத்தை தாக்கி அதன் கவனத்தை திசை திருப்பி வேறு ஒரு பக்கமாய் தீவிரவாதிகளை காஷ்மீரில் ஊடுருவ அழைப்பார்கள். இந்த தீவிரவாதக் குழுவுக்கு ‘சிவப்பு வேங்கைகள்’ என்று பெயர். இந்த சிவப்பு வேங்கைகள் ஆப்கானிஸ்தானில் பயிற்சி பெற்றவர்கள். ‘எல்லை காப்போம்’ என்ற பெயரில் இயங்கும் தீவிரவாதிகள் பாகிஸ்தானில் உள்ள மிர்பூர் மாவட்டம் ‘மளனா - சாமினி’ என்ற பள்ளத்தாக்கில் கூடுவார்கள். அங்கே அவர்களுக்கு பயங்கர ஆயுதங்கள் வழங்கப்படும்.”

ரவி கண்கள் சிவக்கக் கத்தினான். “கேட்கும் போதே ரத்தம் கொதிக்கிறது ஸார்...”

ரகோத்தம் கையமர்த்திவிட்டு தொடர்ந்தார்.

“அந்த ஆயுதங்களை வாங்கிக் கொண்டு ஜம்மு பகுதியில் உள்ள ரஜோரி, பூஞ்ச் ஆகிய இடங்களில் தாக்குதல் நடத்த முயற்சி மேற்கொண்டு வருகிறார்கள். நவ்வுரா பகுதியில் ஏற்கெனவே இரண்டு தடவை ராணுவ நிலைகளை தாக்கியிருக்கிறார்கள். இதை இந்திய ராணுவம் முறியடித்து பனிரெண்டு தீவிரவாதிகளை கொன்றுவிட்டார்கள். தப்பிய தீவிரவாதிகள் பலர் இப்போது வேறு தீவிரவாத குழுக்களோடு சேர்ந்து கொண்டு மிர்ஜோன் பள்ளத்தாக்கு வழியாக வந்து கொண்டிருக்கிறார்கள். அவர்கள் எல்லோரும் இன்று இரவு சந்தித்து திட்டங்களை பரிமாறிக் கொள்ளப் போகிறார்கள். இந்த வாய்ப்பைத்தான் நாம் இப்போது உபயோகப்படுத்திக் கொள்ளப் போகிறோம். அந்த மிர்ஜோன் பள்ளத்தாக்கு பாகிஸ்தானின் எல்லைப்பகுதியில் இருக்கிறது. கிட்டத்தட்ட

இரண்டாயிரம் தீவிரவாதிகள் அந்தப் பள்ளத்தாக்குக்கு வந்து ஒரு முகாமில் தங்குவார்கள். அந்த முகாமை அழிக்க 25கிலோ ஆர்.டி.எக்ஸ் போர்ட்டபிள் மினி மிஸைல் போதும். ஒரு கிலோ மீட்டர் தொலைவில் இருந்து கொண்டு அந்த மினி மிஸைலை இயக்கி தீவிரவாதிகளின் முகாம் மேல் விழும்படி செய்துவிட்டால் போதும். பாகிஸ்தானின் தீவிரவாதத்துக்கு நிரந்தரமாய் ஒரு முற்றுப்புள்ளி வைத்துவிடலாம். அந்த மினி மிஸைலை இயக்கும் பணியைத்தான் உங்களிடம் ஒப்படைக்கப் போகிறேன்..."

"ஃபெண்டாஸ்டிக் ஸார்..."

"எக்ஸலண்ட்,,, நாங்கள் எப்போது புறப்பட்டு போக வேண்டும் ஸார்...?"

"இன்னும் ஒரு மணி நேரத்துக்குள்."

"பயணம் எப்படி ஸார்?"

"உங்களுக்காக ஒரு ட்டூ ஸீட்டர் விமானம் இந்த ராணுவ பேரக்ஸின் வட கோடி மைதானத்தில் காத்துக் கொண்டிருக்கிறது. உள்ளே போர்ட்டபிள் மினி மிஸைல் வைக்கப்பட்டுள்ளது. அதைச் செலுத்துவதற்கான ஜெனரேட்டர் ஒன்றும் இணைக்கப்பட்டுள்ளது. இங்கிருந்து விமானத்தில் இரண்டரை மணி நேர பயணம். மிர்ஜோன் பள்ளத்தாக்குக்குப் பக்கத்தில் உள்ள ரோஹித் காட்டுப் பகுதிக்குப் போய்ச் சேர்ந்துவிடலாம். ரோஹித் காட்டுப்பகுதி நம் இந்திய எல்லையைச் சேர்ந்தது. அதனால் விமானம் லேண்ட் செய்வதில் உங்களுக்கு எந்த பிரச்னையும் இருக்காது. விமானத்தை லேண்ட் செய்து இலை தழைகளால் கேமோஃப்ளாஜ் செய்துவிட்டு போர்ட்டபிள் மிஸைலையும் ஜெனரேட்டரையும் எடுத்துக் கொண்டு நீங்கள் இருவரும் நடக்க ஆரம்பித்துவிட வேண்டும். ரோஹித் ஃபாரஸ்ட்டிலிருந்து பாகிஸ்தான் எல்லையில் உள்ள மிர்ஜோன் பள்ளத்தாக்கு 32 கிலோ மீட்டர் தூரம். இந்த தூரத்தை நீங்கள் இருவரும் பதினாறு மணி நேரத்தில்

கடந்து மிர்ஜோன் பள்ளத்தாக்கை நெருங்க வேண்டும். இப்போது இந்த வரைபடத்தை உன்னிப்பாய்ப் பாருங்கள். இது இப்போது நாம் இருக்கும் காசிம்பாத் ராணுவ பேரக்ஸ். இங்கிருந்து இரண்டரைமணி நேர விமான பயணத்தில் நீங்கள் போய்ச் சேர வேண்டிய ரோஹித் ஃபாரஸ்ட் இதுதான். இங்கிருந்து தென்கிழக்கு திசையில் நேராய் 32 கிலோ மீட்டர் தூரம் போனால்...”

நகுல் குறுக்கிட்டான்.

“ஸார்... ஒரு சந்தேகம்...”

“என்ன...?”

“மிர்ஜோன் பள்ளத்தாக்கில் பாகிஸ்தானின் பயிற்சி பெற்ற தீவிரவாதிகள் மொத்தம் எத்தனை பேர் கூடப் போவதாக சொன்னீர்கள்...?”

“இரண்டாயிரம் பேர்...”

“இது உறுதியான செய்திதானா...?”

“உறுதியான செய்திதான்...”

“இது உங்களுக்குக் கிடைத்த ரகசியத் தகவல் என்றும், வெளியே யார்க்கும் தெரியாது என்றும் சொன்னீர்கள்?”

“ஆமாம்...”

“இப்போது இந்த விஷயம் நம் மூன்று பேர்க்கு மட்டும்தான் தெரியும் இல்லையா...?”

“ஆமாம்...”

நகுல் விருட்டென்று தன் இடுப்புப் பகுதிக்கு கையைக் கொண்டு போய்-

அந்த துப்பாக்கியை வெளியே எடுத்தான்.

“ஜெய் பாகிஸ்தான்!” என்று சொல்லி ரவியையும் ரகோத்தமையும் மாறிமாறி குறி பார்த்தான்.

ரகோத்தம் கத்தினார்.

“நகுல்…! வாட் ஈஸ் திஸ்…? இது என்ன பைத்தியக்காரத்தனம்?”

அவன் சிரித்தான்.

“இது பைத்தியக்காரத்தனம் இல்லை ஸார். வடிகட்டின புத்திசாலித்தனம். நான் பிறப்பால் ஒரு பாகிஸ்தானி. உங்கள் ராணுவத்தில் சேர்வதற்காகவே நகுலாய் மாறினேன். மிர்ஜோன் பள்ளத்தாக்கில் கூடப்போகும் என் இரண்டாயிரம் சகோதரர்களை நான் காப்பாற்ற வேண்டியது அவசியம். நம் மூன்று பேர்களுக்கு மட்டுமே தெரிந்த இந்த மிர்ஜோன் பள்ளத்தாக்கு ரகசியம் இனி எனக்கு மட்டுமே தெரியும். என்ன பார்க்கிறீர்கள்? நீங்கள் இரண்டு பேருமே உயிரோடு இருக்கப் போவதில்லை…! போத் ஆஃப்… யூ ரைய்ஸ் யுவர் ஹேண்ட்ஸ்…”

ரகோத்தமும் ரவியும் கைகளை உயர்த்திக் கொண்டு பின்வாங்கினார்கள். சுவர்க்கு முட்டிக் கொண்டு நின்றார்கள்.

“ஜெய் பாகிஸ்தான்…!” சொல்லி ரகோத்தமின் மார்பைக் குறி பார்த்தான் நகுல்.

4

சென்னையின் விலாப்புறத்தில் அந்த காஸ்மாசிட்டி புதிதாய் முளைத்திருக்க செக்டார் 41-ல் போலீஸ் ஜீப் நுழைந்தது. புதிதாய் போடப்பட்டிருந்த ரோடுகளின் ஓரங்களில் சோடியம் ஆவி விளக்குகள் வரிசையாய் பூத்திருந்தன. பின்சீட்டில் இன்ஸ்பெக்டர் ராஜேந்திரனும் சப்-இன்ஸ்பெக்டர் சீமாவும் உட்கார்ந்திருக்க ட்ரைவர் கேட்டார்.

"டோர் நெம்பர் ஸார்?"

"158..."

ஜீப்பை மெதுவாக விரட்டி பங்களாக்களின் நெம்பர் பார்த்து பின் கார்னரின் வளைவில் மரங்களுக்குப் பின்னால் ஒளிந்தபடி தெரிந்த பங்களாவுக்கு முன்பாய் கொண்டு போய் நிறுத்தினார் ட்ரைவர்.

வாட்ச்மேன் சத்தம் கேட்டு கேட்டின் விக்கெட் கதவைத் திறந்து கொண்டு வெளியே எட்டிப் பார்த்தான். போலீஸ் ஜீப் என்று தெரிந்ததும் பதற்றமாய் பக்கத்தில் வந்தான். பவ்யமாய் குனிந்தவனிடம் ராஜேந்திரன் கேட்டார்.

"தத்தா இருக்காரா...?"

"இருக்கார்ங்க... ஆனா... இந்த நேரத்துல..."

"ஒரு முக்கியமான விஷயமா அவர்கிட்ட கொஞ்சம் பேச வேண்டியிருக்கு."

"ஒரே ஒரு நிமிஷம் ஸார்" சொன்ன வாட்ச்மேன் தன் இடுப்பில் சொருகி வைத்திருந்த வாக்கி டாக்கியை எடுத்து

யாருடனோ பேசினான். பிறகு காம்பௌண்ட் கேட்டை அகலமாய் திறந்து வைத்துவிட்டு ராஜேந்திரனிடம் சொன்னான்.

"ஸார்! உள்ளே போங்க. போர்டிகோவுக்குப் பக்கத்துல ஒரு ரிசப்ஷன் ரூம் இருக்கும். அங்கே பூர்வான்னு ஒரு பொண்ணு உங்களை ரிஸீவ் பண்ணிக்குவாங்க..."

"யார் அந்த பூர்வா...?"

"அய்யாவோட பர்சனல் செக்ரட்ரி...! அய்யா சம்பந்தப்பட்ட எல்லா வேலைகளையும் அந்த பொண்ணுதான் பார்த்துக்கும்."

ஜீப் உள்ளே போயிற்று. அந்த பழைய பங்களா ஒரு சின்ன அரண்மனை மாதிரி தோற்றம் காட்டியது. பராமரிக்கப்பட்ட தோட்டம், லான். லானின் நடுவே ஒரு பெண் சிலை தோளில் குடம் சுமந்து நின்றிருந்தது.

போர்டிகோவில் போய் ஜீப் மௌனமாக-ராஜேந்திரனும் சீமாவும் இறங்கி போர்டிகோ படிகளில் உயர்ந்தார்கள்.

சுடிதார் அணிந்த அந்த இளம்பெண் எதிர்ப்பட்டாள். அழகாக இருந்தவளின் முகத்தில் களைப்பு கொஞ்சமும் இல்லை.

"அயாம் பூர்வா... பி.ஏ. டூ மிஸ்டர் தத்தா."

ராஜேந்திரன் தன்னையும் சீமாவையும் அறிமுகப்படுத்திக் கொண்டார்.

"ப்ளீஸ் கம் இன்..." பக்கத்தில் இருந்த ஒரு அறைக்கு பூர்வா கூட்டிப்போய் உட்கார வைத்தாள். அறையில் இரண்டு கம்ப்யூட்டர்களும் ஒருஃபேக்ஸ்மெஷினும், ஒரு டெலக்ஸ் பிரிண்டரும் உயிரோடு இருந்தன. ஷெட்யூல் மானிட்டர் ஒன்று கட்டளைகளுக்காக காத்துக் கொண்டிருந்தது.

பூர்வா ராஜேந்திரனை ஏறிட்டபடி கேட்டாள்.

"சொல்லுங்க என்ன விஷயம்...?"

"உலக அழகி சோனா பயணம் பண்ணின கார் மர்மமான முறையில் விபத்துக்குள்ளாகியிருக்கு. ஸ்பாட்லயே ட்ரைவர் மரணம், சோனா கார்ல இல்லை..."

"சரி...! இந்த சம்பவத்துக்கும் புரஃபசர் தத்தாவை நீங்க பார்க்க வந்ததுக்கும் என்ன சம்பந்தம்?"

"விபத்து நடந்த இடத்துல புரஃபசரோட விசிட்டிங் கார்டு கிடந்தது. இந்தக் கார்டு அவரோடதுதானே...?"

ராஜேந்திரன் கார்டை எடுத்துக் காட்ட, பூர்வா பார்த்துவிட்டு தலையசைத்தாள்.

"எஸ்... இதுஅவரோட கார்டுதான்..."

"சோனாவுக்கும் தத்தாவுக்கும் என்னதொடர்பு?"

"ஒரு தொடர்பும் கிடையாது."

"பின்னே எப்படி இந்த விசிட்டிங்கார்டு ஆக்ஸிடென்ட் ஸ்பாட்ல கிடந்தது...?"

"தெரியலை..."

"தத்தாவை நாங்க பார்க்கணும். அவரை வரச் சொல்லுங்க..."

"ஸாரி..."

"எதுக்கு ஸாரி...?"

"பகல் நேரத்தில் அவர்க்கு நிறைய தொந்தரவுகள். ஸோ... ராத்திரி நேரத்துலதான் தன்னோட ஆராய்ச்சிகளை பண்றார். நீங்க நாளைக்குக் காலையில் வாங்க... நான் அவர்கிட்ட சொல்லி வெக்கறேன்"

"ஸாரி... மிஸ்பூர்வா...! இது ஒரு சீரியஸான விவகாரம். கார் மர்மமான முறையில் விபத்துக்குள்ளாகியிருக்கு. சோனாவை ஸ்பாட்ல காணோம். இன்வெஸ்டிகேஷனைத் தொடங்கி உடனடியா சோனா எங்கேன்னு கண்டுபிடிக்கணும். அவரோட ஆராய்ச்சி அவர்க்கு முக்கியமானதாக இருக்கலாம்.

பட் எங்களுக்கு அதைவிட முக்கியம் என்கொய்ரி. ப்ளீஸ் கோ-ஆப்ரேட் வித் மீ...”

பூர்வா சில விநாடிகள் யோசிக்க எடுத்துக் கொண்டு பின் மெல்ல தலையை ஆட்டினாள்.

“இட்ஸ் ஓ... கே... மிஸ்டர் இன்ஸ்பெக்டர்...! வாங்க லேபுக்கே போலாம்...”

“தேங்க்யூ வெரிமச்...”

பூர்வா இரண்டு பேர்களையும் அழைத்துக்கொண்டு பங்களாவுக்குள்ளே போனாள்.

நிசப்தமான பங்களா. நிறைய அறைகள். எல்லா அறைகளின் கதவுகளும் இறுக சாத்திக் கிடந்தன. இரண்டு நிமிஷ நேர நடைக்குப்பின் பங்களாவின் பின்பக்கம் சற்றே வெளிச்சத்தோடு பார்வைக்கு கிடைத்தது.

“இதுதான் புரஃபசர் தத்தாவோட லேபரட்ரி.”

சொல்லிக் கொண்டே ஒரு கனமான கண்ணாடிக் கதவைத் திறந்து கொண்டு பூர்வா உள்ளே போனாள். லேப்பின் எல்லாப் பக்கங்களும் ஃபைபர் கண்ணாடியால் தடுக்கப்பட்ட அறைகள். உள்ளே கண்ணாடிக் குடுவைகள் நிறம் நிறமாய்த் தெரிந்தன. இன்னொரு பக்கம் நவீன டெலஸ்கோப்புகள். எல்லா அறைகளையும் இணைக்கும் சிக்கலான ஒயர் அமைப்புகள். டிஜிடல் கருவிகள்.

பூர்வா ராஜேந்திரனையும் சீமாவையும் அங்கேயிருந்த நாற்காலிகளில் உட்காரச் சொல்லிவிட்டு உள்ளே போனாள்.

ஒரு வொர்க்கிங் டேபிளின் முன்னால் முதுகைக் காட்டிக் கொண்டு கண்ணாடி கேஸ் ஒன்றை உற்றுப் பார்த்துக் கொண்டிருந்தார்.

அந்த கண்ணாடி கேஸுக்குள் ஹைட்ராலிக் ப்ரஸ் போன்ற சிறிய இயந்திரம். இயந்திரத்தின் சதுரப் பலகையில் பளீரென்ற வெள்ளையில் ஒரு எலி தன் சிவப்பு நிறக் கண்களால் மிரள மிரள விழித்துப் பார்த்துக் கொண்டிருந்தது.

பூர்வா உள்ளே நுழைந்த விநாடி தத்தா ஒரு பொத்தானை அழுத்த ஹைட்ராலிக் ப்ரஸின் உலோகக் கை ஆக்ரோஷமான வேகத்தில் கீழே இறங்கி இயந்திரப் படுக்கையில் மிரட்சியாய் விழித்துக் கொண்டிருந்த வெள்ளெலியை தடாலென்று நசுக்க, எலி ரத்தமும் சதையுமாய் சின்னச் சின்ன துணுக்குகளாய் சிதறி ஒவ்வொரு துணுக்கும் சிறிது நேரம் துடித்தது.

பூர்வா மெல்ல குரல் கொடுத்தாள்.

“எக்ஸ்க்யூஸ்மீ ஸார்...”

தத்தா திரும்பினார். நரைத்த தலையும் பவர் கண்ணாடியும் அவரை சுலபமாய் ஒரு புரஃபசரின் அந்தஸ்துக்கு கொண்டு போய் நிறுத்தின.

“என்ன பூர்வா...?”

“உங்களைப் பார்க்க போலீஸ் வந்திருக்கு ஸார்...”

தத்தாவின் கண்களில் சின்னதாய் வியப்பு.

“போலீஸ்...?”

“எஸ்... ஸார்...”

“விஷயம் என்னன்னு கேட்டியா?”

“கேட்டேன் ஸார். உலக அழகி சோனாவோட கார் மர்மமான முறையில் விபத்துக்குள்ளாகிவிட்டதாகவும் காரில் இருந்த சோனா காணாமல் போய்விட்டதாகவும் அதே சமயம் கார் ஆக்ஸிடென்ட் ஸ்பாட்டில் உங்களுடைய விசிட்டிங்கார்டு கிடந்ததாகவும் போலீஸ் சொல்கிறார்கள்.”

“போலீஸை உள்ளே கூப்பிடு...”

பூர்வா போய் கூட்டி வந்தாள். தத்தா ராஜேந்திரனை ஏறிட்டார்.

“ஆக்ஸிடெண்ட் ஸ்பாட்ல என்னோட விசிட்டிங்கார்டு உங்களுக்கு கிடைச்சுதா...?”

“எஸ்...! பாருங்க. இது உங்க கார்டுதானே?”

தத்தா பார்த்துவிட்டு தலையசைத்தார். "ஆமா. இது என்னோட கார்டுதான். இப்ப உங்களுக்கு என்ன வேணும்?"

"உண்மை வேணும்..."

"என்ன உண்மை...?"

"உங்களுக்கும் சோனாவுக்கும் என்ன தொடர்பு?"

"ஒரு தொடர்பும் கிடையாது. அந்த சோனாவை டி.வியிலும் பேப்பரிலும் பார்த்ததோடு சரி..."

"பின்னே எப்படி உங்க கார்டு ஆக்ஸிடெண்ட் ஸ்பாட்டுக்கு போச்சு...?"

"இன்ஸ்பெக்டர்! வாட் நான்சென்ஸ் யூ ஆர் டாக்கிங்...? நான் தினசரி பகல் நேரங்கள்ல பல பேரை பார்த்துப் பேசறேன். சில பேர் என்னோட விசிட்டிங் கார்ட்ஸ் கேட்பாங்க. தர்றேன். என்கிட்டயிருந்து விசிட்டிங்கார்டு வாங்கிட்டுப் போன யாரோ ஒருத்தர் அந்த சோனாவுக்கு வேண்டப்பட்டவராக இருக்கலாம். சோனாகிட்ட அந்த விசிட்டிங் கார்டை காட்டியிருக்கலாம். அதுக்குப் பிறகு காரிலேயே விட்டுட்டும் போயிருக்கலாம். விபத்து நடந்த இடத்தில் என்னோட விசிட்டிங் கார்டு இருந்ததுங்கிற ஒரே ஒரு காரணத்துக்காக எனக்கும் சோனாவுக்கும் தொடர்பு இருக்கும்னு நீங்க நினைக்கிறது சரியில்லை. இதுக்காக மெனக்கெட்டு இந்த ராத்திரி வந்து எனக்கு தொல்லை கொடுக்கிறதும் சரியில்லை."

"ஸாரி மிஸ்டர் தத்தா... சோனாவோட கார் விபத்துக்குள்ளாகியிருக்கிறதும், அவங்க காணாமே போயிருக்கிறதும் சாதாரண விஷயம் கிடையாது. நாளைக்கு காலையில இந்த நியூஸ் இந்தியா முழுக்க ஒரு பிரளயத்தையே உண்டாக்கும். விடியறதுக்குள்ளே சோனா கண்டுபிடிக்கப்பட்டுட்டா பிரச்னையோட வீரியத்தை ஓரளவுக்கு குறைச்சுடலாம்..."

"யூ மே பி கரெக்ட் இன்ஸ்பெக்டர்...! பட் இந்தப் பிரச்னைக்கு நான் எந்த வகையிலும் உங்களுக்கு உதவ

முடியாதே... அயாம் ஹெல்ப்லெஸ்... என்னோட விசிட்டிங் கார்டை நீங்க ஒரு முக்கியமான தடயமா எடுத்துக்க வேண்டாம். கேஸை வேற கோணத்துல ஹேண்டில் பண்ணுங்க... ஏதாவது பலன் கிடைக்கலாம்."

"போலீஸைப் பொறுத்த வரைக்கும் ஸ்பாட்ல கிடைச்ச உங்க விசிட்டிங் கார்டு ஒரு முக்கியமான தடயம் மிஸ்டர் தத்தா! சில கேஸ்களில் சில தடயங்கள்அப்பாவி மாதிரி தோணும். அதை அலட்சியப்படுத்தினா சில உண்மைகள் வெளியே வராமலே போயிடும். எங்க விசாரணைக்கு நீங்க ஒத்துழைப்பு கொடுத்து நாங்க கேட்கிற கேள்விகளுக்கு பதில் சொன்னால் பரவாயில்லை..."

தத்தா தன் தோள்களைக் குலுக்கினார்.

"போலீஸ் விசாரணைக்கு ஒத்துழைக்க நான் தயார். உங்க கேள்விகள் என்ன...?"

"நீங்க எது சம்பந்தமான ஆராய்ச்சி பண்ணிட்டிருக்கீங்க...?"

"பாடி ரீகேப்சரிங்" (BODY RECAPTURING)

"அப்படீன்னா..."

"இந்த வெள்ளெலியைப் பார்த்தீங்களா...?" ஹைட்ராலிக் பிரஸ்ஸில் வெட்டுப்பட்டு ரத்தம் தோய்ந்த சதைத் துணுக்குகளாய் சிதறிப் போயிருந்த பலகையைக் காட்டினார்.

ராஜேந்திரனும் சீமாவும் திகைப்பான பார்வையோடு வெள்ளெலியின் சதைத் துணுக்குகளை பார்த்துக் கொண்டிருக்கும் போதே தத்தா தொடர்ந்தார். "இது ஸ்பெஷலாய் வடிவமைக்கப்பட்ட ஹைட்ராலிக் ப்ரஸ். இந்த ப்ரஸ்ஸால் வெட்டப்பட்ட வெள்ளை எலி சதைத் துணுக்குகளாக தாறுமாறாய் சிதறியிருக்கிற மாதிரி தோணும். ஆனால் அது அப்படி சிதைந்து போகலை. அந்த வெள்ளை எலியின் மூளை அதாவது தலைபாகம் அப்புறம் இருதயம் இந்த இரண்டைத்தவிர எலியின் மற்ற உறுப்புகள்

சேதமாகியிருக்கும். அடுத்த பனிரெண்டு மணி நேரத்திற்குள் அந்த எலியின் உடம்பை பழையபடி ஒட்டவைத்து உயிரூட்டி ஓட வைக்கிறதுதான் இந்த ஆராய்ச்சியோட நோக்கம்."

ராஜேந்திரனும் சீமாவும் தத்தாவை ஒரு நம்பாத பார்வை பார்த்தார்கள்.

"இது சாத்தியமா...?"

"எதையுமே சாத்தியம்ன்னு நினைச்சா சாத்தியம்தான். என்னோடஆராய்ச்சி மெல்ல மெல்ல வெற்றியை நோக்கி போய்கிட்டு இருக்கு."

"சரி... இந்த ஆராய்ச்சியால் என்ன பயன்?"

தத்தா புன்னகைத்தார். "போர் நடக்கும் போதும் விபத்து நடக்கும் போதும் மனித உடல்கள் உருக்குலைந்து போறதை நாம் பார்த்து இருக்கிறோம். ஒரு மனிதனின் மூளையும் இருதயமும் நல்ல நிலையில் இருந்தால் அவனுடைய உடம்பின் மற்ற பகுதிகள் எப்படி சிதைஞ்சு போயிருந்தாலும் இந்த ஆராய்ச்சியான 'பாடி ரீகேப்சரிங்' மெதாட் மூலமாக அந்த மனிதனை உயிர் பிழைக்க வைக்கமுடியும். இது நம் நாட்டு ராணுவத்துக்காக மேற்கொண்ட ஆராய்ச்சி. இந்த ஆராய்ச்சிக்காக இந்திய அரசு எனக்கு பத்துகோடி ரூபாயை நிதியாக வழங்கியிருக்கிறது."

"உங்கள் ஆராய்ச்சியில் நீங்கள் எதிர்பார்த்த வெற்றி கிடைத்து இருக்கிறதா...?"

"ஓரளவு..."

"முழுமையான வெற்றி கிடைக்கும் என்று நம்புகிறீர்களா?"

"நிச்சயமாக வெற்றி கிடைக்கும். ஏனென்றால் மனித உடம்பு ஒரு அற்புதமான விஷயம். உடம்பில் ஏற்படும் கைகால் முறிவு, வெட்டுக்காயங்கள் இதெல்லாம் நாள் செல்ல செல்ல செல்கள் வளர்ச்சியடைவதின் மூலமாக

தானாகவே குணமாயிடும். காயம்பட்ட சுவடு கூட சில சமயங்களில் இருக்காது. இது இயற்கை செய்யும் அற்புதம். இயற்கை நிறைய நாட்களை எடுத்துக் கொண்டு தாமதமாக செய்வதை நான் வேகப்படுத்தப் போகிறேன். அதாவது இயற்கையின் இந்த வளர்சிதை மாற்றத்தை செயற்கையான செல், மாலிக்யூல் கட்டமைப்பு முறைகளின் மூலமாக வேகப்படுத்துவதுதான் என் ஆராய்ச்சி. இந்த ஆராய்ச்சி வெற்றி பெற்றால் மனித மரணங்களை தள்ளிப்போட முடியும். எல்லையில் போர் புரியும் நம் ராணுவ வீரர்களுக்கு உறுப்புகளில் என்ன சேதம் ஏற்பட்டாலும் திடமான உடல் வலிமையை கொடுக்க முடியும்... எப்படியும் இந்த வருட முடிவுக்குள் என் ஆராய்ச்சி வெற்றியின் உச்சியைத் தொட்டுவிடும்."

"மிஸ்டர் தத்தா...! உங்கள் ஆராய்ச்சி வெற்றியடைய எங்கள் வாழ்த்துக்கள்... இப்போது மறுபடியும் சோனாவின் விஷயத்துக்கு வருவோம்... சோனாவை உங்களுக்கு உண்மையிலே தெரியாது...?"

"தெரியாது...! தெரிந்தால் தெரியும் என்று சொல்லிவிட்டு போகிறேன். இதில் ஒளிவு மறைவு என்ன வேண்டிக்கிடக்கிறது...?"

"இந்த ஒரு வார காலத்தில் நீங்கள் யார் யாரையெல்லாம் சந்தித்தீர்கள், எத்தனை பேர்க்கு விசிட்டிங் கார்டுகள் கொடுத்தீர்கள் என்று சொல்ல முடியுமா...?"

தத்தா யோசிக்க பூர்வா சொன்னாள்.

"இந்த வாரத்தில் விஸிட்டர்ஸ் அதிகமா வரலை. நேத்து ரெண்டு இளைஞர்கள் வந்தாங்க. புரபசரை கண்டிப்பா பார்த்தேயாகணும்ன்னு அடம்பிடிச்சாங்க."

தத்தா ஆமோதித்தார்.

"எஸ்... எஸ்...! அந்த ரெண்டு யூத்ஸ் என்னை சந்திச்சாங்க. வெளிநாட்டிலிருந்து இந்தியாவுக்கு வந்த

கல்லூரி மாணவர்கள். பயோ டெக்னாலஜி ஸ்டூடண்ட்ஸ். என்கிட்ட பாடி ரீகேப்சரிங் பற்றி ரொம்ப நேரம் பேசிட்டு போனாங்க. நிறைய சந்தேகங்கள் கேட்டாங்க. போகும் போது விசிட்டிங்கார்டு கேட்டாங்க. கொடுத்தேன்.”

ராஜேந்திரன் நெற்றியைக் கீறினார். “அவங்க பேர் என்ன... அட்ரஸ் தெரியுமா...?”

“ஏதோ பேர் சொன்னாங்க... இப்ப ஞாபகம் இல்லை. மறந்துட்டேன். ஆனா...”

“சொல்லுங்க...”

“ஹோட்டல் மூன்லைட்ல தங்கியிருக்கிறதாக சொன்னாங்க...”

5

"ஜெய் பாகிஸ்தான்" என்று சொல்லி துப்பாக்கியை உயர்த்திய நகுலைப் பார்த்து ரகோத்தமும் ரவியும் மரண பயத்தோடு நிற்க நகுல் சிரித்தான்.

"எங்கள் பாகிஸ்தானை ஜெயிக்க உங்களால முடியாது. யுத்த பூமியில் ஒரு பாகிஸ்தானி செத்தா பத்து பாகிஸ்தானி பொறப்பான்."

ரகோத்தம் குரல் நடுங்க எச்சரித்தார்.

"எங்க ரெண்டு பேரையும் சுட்டுட்டு நீ தப்பிச்சு போக முடியாது. வெளியே இருக்கிற செக்யூரிட்டி உன்னை உயிரோடு விடமாட்டாங்க."

நகுல் பலமாய் சிரித்தான். "என்னைச் சுட்டு கொல்கிற வேலை அவங்களுக்கு வேண்டாம். உங்க ரெண்டு பேரையும் சுட்டு கொன்ன பின்னாடி என்னால தப்பிக்க முடியாதுன்னு எனக்குத் தெரியும். இதுல மொத்தம் ஆறு தோட்டா இருக்கு. உங்களுக்கு ரெண்டு... ரவிக்கு ரெண்டு எனக்கு ரெண்டு. நம்ம மூணு பேர்க்கு மட்டுமே தெரிஞ்ச இந்த மிர்ஜோன் பள்ளத்தாக்கு திட்டம் இதே அறையில் சமாதியாயிடணும். எங்களுக்கு வேண்டியது காஷ்மீர். அது கிடைக்கும் வரை இப்படிப்பட்ட உயிர்த் தியாகங்கள் நடந்துகிட்டுதான் இருக்கும்."

நகுல் சொல்லிக் கொண்டே பிஸ்டலை சரியாய் உயர்த்தி ரகோத்தமின் மார்பைப் பார்த்தான்.

"ஸார்...! முதலில் நீங்கள், பிறகு ரவி, கடைசியில் நான். மூன்று பேருமே சாகப் போகிறோம். பிரார்த்தனை செய்து கொள்ளுங்கள். அடுத்த ஜென்மத்திலாவது நாம் மூன்று பேரும் பாகிஸ்தானில் ஏதாவது ஒரு தம்பதியர்க்கு மூன்று சகோதரர்களாக பிறப்போம் என்று."

பிஸ்டலின் ட்ரிக்கரில் நகுலின் கட்டை விரல் பதிந்து இழுத்தது.

"க்ளிக்..."

துப்பாக்கியிலிருந்து தோட்டாவுக்கு பதிலாக வெறும் காற்றுதான் வெளியே வந்தது.

நகுல் லேசாய் பதற்றப்பட்டு மறுபடியும் ட்ரிக்கரை அழுத்த - மறுபடியும் காற்று.

நகுல் வியர்த்து வழிந்து கொண்டு துப்பாக்கியின் வயிற்றைத் திறந்து உள்ளே பார்த்தான். புல்லட் சேம்பரில் ஆறு தோட்டாக்களும் நெருக்கியடித்துக் கொண்டு உட்கார்ந்திருந்தன. நகுல் மறுபடியும் பிஸ்டலைப் பொருத்தி ரகோத்தமை சுட ரவி சிரித்தான்.

"ஸாரி... நகுல்! இன்னிக்கு பூராவும் நீ முயற்சி பண்ணினாலும் அந்தத் துப்பாக்கியை வெடிக்க வைக்க முடியாது. உன்னோட துப்பாக்கி மட்டும் இல்லை. இந்த அறையில் வேற எந்தத் துப்பாக்கியையும் உபயோகப்படுத்தினாலும் தோட்டா வெளியே வராது. காத்துதான் வெளியே வரும். உன்னோட துப்பாக்கி ஊமையாகிப் போனதுக்கு என்ன காரணம் தெரியுமா?"

சொன்ன ரவி தன் இடுப்புப் பகுதிக்குக் கையைக் கொண்டு போய் பேனா நீளத்துக்கு பளபளத்த அந்தப் பச்சை நிற கருவியை எடுத்தான். சிரித்தான்.

"இந்தக் கருவியைப்பத்தி உனக்கு தெரிஞ்சிருக்க நியாயம் இல்லை. இது பிஸ்டல் ஆக்ஷன் ப்ரிவெண்டர். செல்லமா இதை பி.ஏ.பி (P.A.P)ன்னு கூப்பிடறதும் உண்டு.

இது இருக்கிற இடத்துல எந்த பிஸ்டலும் வேலை செய்யாது. உங்க பாகிஸ்தான்ல இதையெல்லாம் உனக்கு சொல்லித் தரலை போலிருக்கு...”

நகுலின் முகம் வெளிறிப் போயிருக்க ரகோத்தம் புன்னகைத்தார். “உன்னை இப்படி கையும்களவுமா பிடிக்க நாங்க போட்ட திட்டம் இது. இந்தியாவில் குழப்பம் விளைவிக்க வேண்டும் என்றும் சட்டம் ஒழுங்கை குலைக்க வேண்டும் என்றும் பாகிஸ்தான் உளவுத் துறையான ஐ.எஸ்.ஐ செயல்பட்டு வருவது எங்களுக்குத் தெரியும். இந்த சதிகாரர்களிடம் இந்தியர்கள் விலை போவது கொடுமையென்றால் இந்தியாவை பாதுகாக்கும் பொறுப்பை ஏற்றுள்ள இந்திய ராணுவ வீரர்களே விலை போவது கொடுமையிலும் கொடுமை. ஐ.எஸ்.ஐ உளவாளிகளின் தீவிரவாத பயிற்சி முகாமில் இந்தியாவைச் சேர்ந்த சிலர் பயிற்சி பெற்றுக் கொண்டிருப்பதும் எங்களுக்குத் தெரியும். இந்திய ராணுவத்தில் வேலை பார்த்துக் கொண்டே பாகிஸ்தானுக்கு ‘ஜே’ போட்டுக் கொண்டிருக்கும் உன்னை மாதிரியான கறுப்பு ஆடுகளை ஒவ்வொன்றாய் கண்டுபிடிக்கப் போகிறோம்.

ரகோத்தம் பேசிக்கொண்டே வயர்லஸ் போனை ஆன் செய்து உரையாடினார்.

“சென்ட்ரல் கமாண்ட்?”

“எஸ்...” மறுமுனை கரகரத்தது.

“கறுப்பு ஆடு மாட்டிக் கொண்டது. கைது செய்யவேண்டும். செக்யூரிட்டி ஸ்க்வாடிலிருந்து ஐந்து பேர்களை உடனடியாய் அனுப்பி வையுங்கள்.” வயர்லஸ்ஸை அணைத்த ரகோத்தம் நகுலை ஏறிட்டார்.

“நகுல்! நீ இப்போது போக வேண்டிய இடம் சிறைச்சாலை. அடுத்த வாரம் நீ போக வேண்டிய இடம் ராணுவ கோர்ட். அதற்கு அடுத்தபடியாக நீ போக வேண்டிய

இடம்...!” சொன்ன ரகோத்தம் மேலே கையைக் காட்டினார். “தேச விரோத குற்றத்துக்கு ராணுவ கோர்ட் என்ன தண்டனை விதிக்கும் என்று உனக்கே தெரியும். இந்த இந்திய மண்ணுக்கு துரோகம் செய்த நீ இந்த இந்திய மண்ணுக்கே உரமாகிப் போவதுதான் உன் பாவம் தீர்வதற்கான வழி.”

அதுவரைக்கும் மௌனம் சாதித்த நகுல் இப்போது வாயைத் திறந்தான்.

“மிஸ்டர் ரகோத்தம்...! என்னை பொறி வைத்து பிடித்ததற்காக ரொம்பவும் சந்தோஷப்பட்டுக் கொள்ள வேண்டாம். நீங்கள் என்னை எந்த சிறையில் போட்டாலும் சரி இன்னும் இரண்டு வார காலத்தில் நான் தப்பித்து பாகிஸ்தான் போய்விடுவேன்...”

“கனவு...” ரகோத்தம் சிரித்தார்.

“நடக்கப் போகிற நிஜம். உங்களோட உதவாக்கரை ராணுவ கோர்ட் எனக்கு தண்டனை கொடுப்பதற்கு முன்பு நான் பாகிஸ்தானில் இருப்பேன்...”

வெளியே பூட்ஸ் சத்தங்கள் கேட்டன. ‘சென்ட்ரல் கமாண்ட்’ பிரிவைச் சேர்ந்த செக்யூரிட்டி ஸ்க்வாட் உள்ளே வந்தது. நகுலைச் சுற்றி அரைவட்டம் போட்டுக் கொண்டு நின்றது. நகுலின் கைகளுக்கு விலங்கு ஏறி நகர்த்தப்பட்டான். விலங்கோடு இரண்டு கைகளையும் உயர்த்தி கோஷம் போட்டான் நகுல். “ஜெய்... பாகிஸ்தான்...”

“போ... போ... தனிமைச் சிறையில் உட்கார்ந்து கொண்டு உன் இஷ்டம் போல் கத்து.”

செக்யூரிட்டிகள் நகுலைத் தள்ளிக் கொண்டு போனதும் ரகோத்தம் ரவியை ஏறிட்டார்.

“ரவி...! நம் திட்டத்தின் முதல் கட்டம் வெற்றி. இனி இரண்டாவது கட்டத்துக்கு நீ தயாராக வேண்டும். மிர்ஜோன் பள்ளத்தாக்கில் கூடியுள்ள பாக். தீவிரவாதிகளை ஒழிக்க நீ பயணப்பட வேண்டிய தருணம் வந்துவிட்டது.”

"என்னோடு வரப்போவது யார் ஸார்...?"

ரவி கேட்க ரகோத்தம் மேஜை மேல் இருந்த கம்ப்யூட்டரை உயிர்ப்பித்தார்.

"ஏற்கெனவே ஐந்து பேர்களை செலக்ட் செய்து வைத்து இருக்கிறேன். அவர்களை நீ இப்போது மானிட்டரில் பார்த்து தேர்வு செய்யலாம்..."

ரகோத்தம் கீபோர்டில் சில எழுத்துக்களைத் தட்ட ஐந்து பேரின் பாஸ்போர்ட் சைஸ் போட்டோக்களும் அவர்களைப் பற்றிய விபரங்களும் கம்ப்யூட்டரின் மானிட்டர் திரையில் பளிச்சிட்டன.

எஸ். சர்வேஷ் பாண்டே

வி. துள்சிராம்

கே. ராஜாவர்மா

ஜி. முகேஷ்சாமா

என். வால்ச்சந்த்.

ரகோத்தம் சொன்னார். "இந்த ஐந்து பேரும் நம் இந்திய ராணுவத்துக்கும் நம் பாரத தேசத்துக்கும் விசுவாசமானவர்கள். இந்தியா என்ற பெயரைக் கேட்டாலே போதும் உணர்ச்சிவசப்படக்கூடியவர்கள். நாட்டுக்காக ரத்தத்தை சிந்த எந்த விநாடியும் தயாராக இருப்பவர்கள். இந்த ஐந்து பேரில் நீ யாரை வேண்டுமானாலும் தேர்ந்து எடுத்துக் கொள்ளலாம்."

ரவி கம்ப்யூட்டரின் மானிட்டர் திரையையே சில விநாடிகளுக்கு உற்றுப் பார்த்துக் கொண்டிருந்துவிட்டு "ராஜாவர்மா" என்றான்.

"பெஸ்ட் சாய்ஸ்..."

சிரித்தார் ரகோத்தம்.

6

நீல நிற நியான் ‘ஹோட்டல் மூன்லைட்’ பெயரை அதன் கட்டிட உச்சியில் திக்கி திக்கி எழுதிப் பார்த்துக் கொண்டிருந்தது.

தூங்கி வழியும் வரவேற்பறை இளைஞன் ராஜேந்திரனையும், சீமாவையும் போலீஸ் யூனிஃபார்மில் பார்த்ததும் தூக்கத்தை விரட்டியடித்துவிட்டு “எஸ்” என்றபடி எழுந்து நின்றான்.

ராஜேந்திரன் கேட்டார். “வெளிநாட்டிலிருந்து வந்த ரெண்டு ஸ்டூடண்ட்ஸ் உங்க ஹோட்டல்ல தங்கியிருக்கிறதா கேள்விப்பட்டோம். உண்மையா...?”

“நேம் ஸார்...?”

“நேம் தெரியாது...”

“ஒரு நிமிஷம் ஸார்...” என்று ஒற்றை விரலைக் காட்டிவிட்டு பக்கத்தில் இருந்த கம்ப்யூட்டரை கேட்டான். அது இரண்டு பேர்களின் பெயர்களை சிறிது யோசனைக்குப் பிறகு எழுதி காட்டியது. மைக்கேல், ரோவான். ரூம் நெம்பர்: 689.

“ஸார்...! ரூம் நெம்பர் 689-ல் ஸ்டே பண்ணியிருக்காங்க. என்ன விஷயம் ஸார்... அவங்க ரெண்டு பேரும் ஏதாவது பிரச்னையில் மாட்டிகிட்டாங்களா?”

“அவங்ககிட்ட என்கொய்ரி பண்ணின பிறகுதான் இது பிரச்னையா, பிரச்னை இல்லையான்னு தெரியும். எந்த ரூம் நெம்பர்ல ஸ்டே பண்ணியிருக்காங்க?”

“சிக்ஸ் எய்ட் நைன் ஸார்.”

“அவங்களுக்கு வெளியே இருந்து ஏதாவது போன் வந்ததா...?”

“எதுவும் வரலை ஸார். எங்கேயோ வெளியே போய்ட்டு ஒன்பது மணிக்கெல்லாம் ரூம் திரும்பிட்டாங்க. பீர் வரவழைச்சு சாப்பிட்டாங்க.”

ராஜேந்திரனும் சீமாவும் பக்கவாட்டில் தெரிந்த லிஃப்ட்டுக்குள் போய் திணிந்தார்கள். ஆறாவது மாடிக்கு பட்டனைத் தட்ட அது உயர்ந்தது.

தளங்கள் கடந்து கொண்டிருக்க சீமா சொன்னாள்.

“ஸார்...! இந்த ‘பாடி ரீகேப்சரீங்’ ஆராய்ச்சி எனக்கென்னமோ அபத்தமாபடுது. காணாமல் போன சோனாவுக்கும் இந்த ஆராய்ச்சிக்கும் என்ன சம்பந்தம் இருக்க முடியும்...?”

“பார்க்கலாம். இப்பத்தானே கேஸோட ஒரு நுனி கிடைச்சிருக்கு. இந்த வெளிநாட்டு பசங்களை ரெண்டு தட்டு தட்டினா விஷயங்கள் கிடைக்கும்ன்னு நினைக்கிறேன்...”

லிஃப்ட் நின்று கதவு இரண்டாய் பிளந்து ஆறாவது மாடியின் வராந்தாவைக் காட்டியது. இருவரும் வெளிப்பட்டு அரையிருட்டான வராந்தாவில் நடந்து 689 எண்ணிட்ட அறைக்கு முன்பாய் வந்து நின்றார்கள். அழைப்பு மணிக்குரிய பொத்தானை அழுத்தினார். அது உள்ளே ‘விர்ர்ர்ர்’ என்றது.

கதவு திறக்கப்பட காத்திருந்தார்கள். முழுதாய் ஒரு நிமிஷம் கரைந்த பின்னாடியும் கதவு திறக்கப்படாமல் போகவே மறுபடியும் காலிங் பெல்லுக்கு வேலை கொடுத்தார் ராஜேந்திரன்.

கதவு திறக்கப்படலை.

“குடிச்சுட்டு நல்லா தூங்கறாங்க போலிருக்கு.”

மூன்றாவது முறையாய் காலிங் பெல்லை அடிக்க முயன்ற விநாடி - பின்பக்கம் அந்த நடைச்சத்தம் கேட்டது.

திரும்பினார்கள்.

அந்த ரூம் பேரர் யூனிஃபார்மோடு நின்றிருந்தான். சொன்னான்.

"அந்த ரூம் பூட்டியிருக்கு ஸார். தங்கியிருந்த ரெண்டு பேரும் வெளியே போயிருக்காங்க."

"எப்ப போனாங்க...?"

"பத்து மணி இருக்கும் ஸார்."

ராஜேந்திரன் வராந்தாவின் மூலையில் இருந்த இண்டர்காம் டெலிபோனை நோக்கிப் போனார். ரிஸீவரை எடுத்துக் கொண்டு ரிசப்னிஷ்ட் இளைஞனைத் தொடர்பு கொண்டார்.

"இந்த ரெண்டு பேரும் ரூம்ல இல்லை. நீங்க இருக்கிறதா சொன்னீங்க...?"

"ஸாரி ஸார்...! நான் கௌண்டர்ல பிஸியா இருக்கும்போது அவங்க வெளியே போயிருக்கலாம். நான் நோட் பண்ணலை."

"சரி...! இந்த ரூமுக்கு டூப்ளிகேட் சாவி இருக்கா...?"

"இருக்கு ஸார்..."

"கொண்டாங்க..."

சாவியைக் கொண்டு வந்தான் ரிசப்னிஷ்ட் இளைஞன். லாக் சிஸ்டத்தின் துவாரத்துக்கு சாவியைக் கொடுத்து திருக, கதவு நெகிழ்ந்து பின்வாங்கியது. தள்ளிக்கொண்டு உள்ளே போனார்கள்.

அறை துப்புரவாய் இருந்தது. ஹேங்கரில் பேண்ட் சர்ட். டீபாயின் மேல் நாளிதழ்கள்.

"சீமா! வார்ட்ரோப்பைத் திற."

திறந்தாள்.

வார்ட் ரோப்புக்குள்ளே இரண்டு லெதர் பேக்குகள். பக்கம் பக்கமாய் தெரிந்தது.

“ரெண்டையும் எடு...”

எடுத்து கட்டிலின் மேல் கிடத்தினாள் சீமா.

ராஜேந்திரன் பேக்குகளின் ஜிப்புகளைப் பிடித்து இழுக்க இரண்டும் திறந்து கொண்டது.

உள்ளே-

இரண்டு பேக்குகளையும் அடைத்துக் கொண்டு நீள நீளமாய் பென்சில் வடிவத்தில் உலோகக் குச்சிகள்.

“என்ன இது...?”

ஒரு குச்சியைக் கையில் எடுத்தார். கண்களில் வியப்பு பரவியது. பனிக்கட்டியைத் தொட்ட மாதிரி ஜில்லிப்பாய் இருந்தது அந்த உலோகக் குச்சி.

7

இந்திய எல்லையில் நாற்பதாயிரம் அடி உயரத்தில் அந்தக் குட்டி விமானம் பறந்து கொண்டிருந்தது. கீழே அடர்ந்த காடு.

ரவி விமானத்தைச் செலுத்திக் கொண்டிருக்க பக்கத்தில் ராஜாவர்மா உட்கார்ந்திருந்தான். உணர்ச்சி பிழம்பாக இருந்தான்.

"தீவிரவாதிகளை அழித்து துவம்சம் செய்ய எனக்குக் கிடைத்து இருக்கிற இந்த வாய்ப்பு வேறு யார்க்கும் கிடைக்காத ஒன்று. போர்ட்டபிள் மிஸைல்ஸும் ஜெனரேட்டரும் நாம் சொன்னபடி கேட்குமா?"

"கேட்கும். எல்லாமே வெகு துல்லியம். பத்து குட்டி மிஸைல்ஸை அனுப்பி வைத்தால் போதும். மிர்ஜோன் பள்ளதாக்கில் இருக்கும் நூற்றுக்கணக்கான தீவிரவாதிகள் சாம்பல் மேடாய் கிடப்பார்கள்."

"நினைக்கும் போதே பரவசமாக இருக்கிறது. ஒரு தீவிரவாதியைக்கூட நாம் தப்பவிட்டுவிடக் கூடாது."

ரவி சிரித்தான்.

"தப்பிக்க முடியாது. அவர்கள் எல்லோரும் பொறியில் மாட்டிக் கொண்ட எலிகள். இப்படியொரு ரகசிய பயணம் மேற்கொள்வது உனக்கும், எனக்கும் நம் ஆபீஸர் ரகோத்துக்கும் மட்டும் தெரியும். பாகிஸ்தானின் ஐ.எஸ்.ஐ

உளவுப்படை ஆசாமிகள் இந்நேரத்துக்கு கம்பளியைப் போர்த்திக் கொண்டு தூங்கிக் கொண்டிருப்பார்கள்."

"ரோஹித் காட்டுப் பகுதிக்கு எத்தனை மணிக்கு போய்ச் சேர்வோம்...?"

"காசிம்பாத்திலிருந்து இரண்டரை மணி நேர பயணம். நாம் புறப்பட்டு இப்போது ஒன்றரை மணி நேரம் ஆகிவிட்டது. இன்னும் ஒரு மணி நேரத்திற்குள் ரோஹித் காட்டுப்பகுதியைத் தொட்டுவிடுவோம்."

ரவி சொல்லிக் கொண்டிருக்கும் போதே வயர்லஸ் கரகரத்து 'பீப் பீப்' என்று கூப்பிட்டது.

ராஜாவர்மா ஹெட்போனை எடுத்து தலையில் கவிழ்த்துக் கொண்டு பேச ஆரம்பித்தான்.

"எஸ்..."

மறுமுனையில் ஒரு முரட்டுக் குரல் கேட்டது. "இது பாகிஸ்தான் ஃப்ளைட் கண்ட்ரோல் டவர். பறந்து கொண்டு இருப்பது இந்திய விமானமா...?"

ராஜாவர்மா திடுக்கிட்டுப் போய் ஹெட்போனைக் கழற்றிவிட்டு ரவியிடம் தாழ்ந்த குரலில் விஷயத்தைச் சொல்ல ரவி முகம் மாறி சில விநாடிகள் யோசித்துவிட்டு வயர்லஸ் ஹெட்போனை எடுத்து தன் தலையில் மாட்டிக் கொண்டு பேச ஆரம்பித்தான்.

"இது இந்திய விமானம் கிடையாது. ஆப்கான் நாட்டு விமானம்."

"பொய்...! ஆப்கான் நாட்டு விமானங்கள் பறக்கும் நேர அட்டவணை எங்களுக்குத் தெரியும். அது இந்திய விமானம்தானே! எங்கள் காஸ்மிக் ரேடார் சாதனத்தை ஏமாற்றிவிட்டு எந்த விமானமும் பாகிஸ்தான் எல்லையோரம் பறக்க முடியாது. விமானத்தை கீழே இறக்கு..."

"இது எங்கள் இந்திய வான எல்லை. எங்கள் எல்லைக்குள் பறக்க யார் அனுமதியும் வேண்டியது இல்லை."

“முட்டாள்...! போன வருடத்து வான எல்லை வரைபடத்தை வைத்துக் கொண்டு இன்னமும் பழைய நினைப்பிலேயே பறந்து கொண்டிருந்தால் எப்படி...? நாங்கள் புதிதாய் தயாரித்து வெளியிட்டுள்ள வான எல்லை வரைபடத்தை வைத்துக் கொண்டு வானத்தில் பறக்க வா...”

ரவி கோபத்தில் பொரிந்தான். “நீங்களாகவே தயாரித்து வைத்துக் கொள்ளும் வான எல்லை வரைபடம் எங்களைக் கட்டுப்படுத்தாது. சர்வதேச வான எல்லைப் படி எங்கள் இந்திய எல்லையில் நாங்கள் இப்போது பறந்து கொண்டிருக்கிறோம்.”

“விமானத்தை கீழே இறக்கி எங்களிடம் சரணடையா விட்டால் தயவு தாட்சண்யம் பார்க்காமல் விமானத்தை சுட்டுத் தள்ளுவோம். விமானம் மறுபடியும் இந்திய எல்லைக்குள் போகக்கூடாது.”

“ஏன் இப்படி அநியாயத்தையும் அக்கிரமத்தையும் கையில் எடுத்துக் கொண்டு அராஜகம் செய்கிறீர்கள்? எங்களுடைய இந்திய வான எல்லையை உங்களுடைய எல்லையாக நீங்களே நிர்ணயம் செய்து கொண்டு மிரட்டுவது சரியில்லை.”

“கதை பேசிக் கொண்டிருக்க வேண்டாம். விமானத்தை இப்போது கீழே இறக்க முடியுமா முடியாதா...?”

ரவி மௌனம் சாதிக்க மறுமுனைக்குரல் கோபமாய்க் கேட்டது.

“என்ன! பேச்சையே காணோம்?”

“கீழே அடர்ந்த காடு. விமானத்தை இறக்க முடியாது...!”

“அதைப்பற்றிய கவலை உனக்கு வேண்டாம். விமானத்தை நேர் வடகிழக்கே செலுத்திக் கொண்டு வா. எண்பதாவது கிலோமீட்டரில் காட்டுக்கு மத்தியில் ஒரு சிவப்புக் கொடி பறந்து கொண்டிருக்கும். உங்களை மாதிரியான சட்ட விரோதமாய் பறக்கும் விமானங்களை

தரையிறக்குவதற்காகவே ஒரு ரன்வேயை நிர்மாணம் செய்திருக்கிறோம். இப்போது நீ செய்ய வேண்டியது எல்லாம் விமானத்தை வடகிழக்காய் செலுத்துவது மட்டுமே. விமானம் வேறு திசை நோக்கிப் பறந்தால் அந்த நிமிஷமே எங்கள் 'ஆன்ட்டி ஏர்க்ராஃப்ட்' பீரங்கி உங்கள் விமானத்தை சுட்டு வீழ்த்தும்."

மறுமுனையில் வயர்லஸ் அணைந்து போக ரவி ஹெட்போனைக் கழற்றிவிட்டு வியர்வை முகமாய் ராஜாவர்மாவைப் பார்த்தான்.

"இது ராடார்க்கு சிக்காத விமானம். எப்படி பாகிஸ்தானின் ஃப்ளைட் கண்ட்ரோல் டவர் ராடார்க்கு சிக்கியது என்று தெரியவில்லை. எமகாதகன்களாக இருக்கிறார்கள்."

"இப்போது என்ன செய்வது...?"

"என்ன செய்யலாம்... சொல்...?"

8

SITARC என்று சுருக்கமாய் அழைக்கப்படும் 'சௌத் இண்டியன் டெஸ்ட்டிங் அண்ட் ரிசர்ச் சென்டர்'. கண்ணாடி சுவர்களால் சூழப்பட்ட அந்த வரவேற்பறையின் சோபாவில் சாய்ந்திருந்தார்கள் ராஜேந்திரனும் சீமாவும். சீமா கேட்டாள்.

"பெட்டியிலிருந்து எடுக்கப்பட்ட அந்த உலோக குச்சிகள் என்னவாக இருக்கும்ன்னு நினைக்கறீங்க ஸார்?"

"லேப் டெக்னீஷியன் நூர் முகம்மது இப்போ டெஸ்ட் பண்ணி சொல்லிடுவார். யூ ஹேவ் டூ வெயிட்."

சீமா தோள்களைக் குலுக்கி பெருமூச்சுவிட்டாள்.

"ஸார்...! நடந்த விஷயங்கள் எல்லாமே ஒண்ணுக்கு ஒண்ணு தொடர்பு இல்லாமே இருக்கு. கார் விபத்து, உலக அழகி சோனா மாயம், புரஃபசர் தத்தா... அவரோட 'பாடி ரீகேப்சரிங்' ஆராய்ச்சி... கடைசியா அந்த வெளிநாட்டு மாணவர்கள், அவங்க ரூம்ல கிடைச்ச இந்த உலோகக் குச்சிகள், எனக்கென்னவோ நாம விசாரணையை தப்பான கோணத்துல பார்த்துட்டு இருக்கோமோன்னு தோணுது..."

ராஜேந்திரன் சிரித்தார். "சரி... இந்தக் கோணம் தப்புன்னு நீ நினைச்சா வேற எந்த கோணம் இருக்கு?"

"எனக்கு ஒரு கோணம் தோணுது ஸார்."

"சொல்லு..."

"சோனா உலக அளவில் தேர்ந்து எடுக்கப்பட்ட ஒரு அப்சரஸ்தனமான அழகி. அவ மேல ஆசைப்பட்டு யாராவது

கடத்திக் கொண்டு போயிருக்கலாம். அப்புறம் ரேஷ்மான்னு ஒரு பொண்ணு. அவள் அழகிப் போட்டியில் சோனாவுக்கு சரியான ரைவலா இருந்திருக்கா. ரொம்பவும் பொறாமை பிடிச்ச பெண் அந்த ரேஷ்மா. தனக்கு அழகிப் பட்டம் கிடைக்கலையேங்கிற காரணத்துக்காக அவகூட ஏதாவது பண்ணியிருக்கலாம். மூணாவதா இன்னொரு முக்கியமான காரணமும் இருக்கு ஸார்."

"சொல்லு..."

"மித்ராயினிங்கிற இளம் பெண் சாமியாரை உங்களுக்குத் தெரியுமா?"

"தெரியும்... பேப்பர்ல பேர் பார்த்திருக்கேன்."

"அந்த இளம் பெண் சாமியாரும், அவளோட சிஷ்யகோடிகளும் உலக அழகிப் போட்டியை எதிர்த்து கடுமையாய் போராட்டம் நடத்தினாங்க. பெண்மையை விளம்பரப்படுத்தற இந்த அழகிப் போட்டிகளால் உலகத்துக்கு கெடுதல்ன்னு புலம்பிட்டிருந்தாங்க... அழகிப் போட்டிகள் நடத்தறதால பெண் தெய்வங்களின் கோபத்துக்கு இந்த உலகம் ஆளாகி அழிஞ்சிடுமாம்..."

ராஜேந்திரன் சிரித்தார்.

"வெரி இண்ட்ரஸ்டிங்...! உலகம் அழியப் போகுதுன்னு சாமியார்கள் சொல்ல வேண்டியது இல்லை. இனி ஒரு உலக யுத்தம் வந்தா எந்த ஒரு நாடாவது கை தவறி அட்டாமிக் பட்டனை ப்ரஸ் பண்ணினா போதும் இந்த உலகத்துல ஒரு புல் பூண்டு கூட மிஞ்சாது. சரி! அந்த சாமியாரிணியும் அவளோட சிஷ்யகோடிகளும் சோனாவை ஏதாவது பண்ணியிருப்பாங்கன்னு நினைக்கறியா...?"

"மே... பி... ஸார்..."

"விபத்து நடந்த இடத்தில் புரஃபசர் தத்தாவோட விசிட்டிங்கார்டு இருந்ததே...?"

"அது நம்மை ஐ... மீன் போலீஸை திசை திருப்பற முயற்சியா ஏன் இருக்கக்கூடாது?"

"எனக்கு அப்படி தோணலை சீமா. புரஃபசர் தத்தாவுக்கும் சோனா காணாமே போனதுக்கும் ஏதோ ஒரு சம்பந்தம் இருக்கு..." ராஜேந்திரன் சொல்லிக் கொண்டிருக்கும் போதே லேப் டெக்னீஷியன் நூர் முகம்மது கண்ணாடிக் கதவைத் தள்ளிக் கொண்டு வெளியே வந்தார். முகம் பூராவும் வியப்பு அலையடித்துக் கொண்டிருந்தது.

"மிஸ்டர் ராஜேந்திரன்! இந்த உலோக ஸ்டிக்குகள் உங்களுக்கு எங்கேயிருந்து கிடைச்சதா சொன்னீங்க?"

"மூன்லைட் ஹோட்டல்ல தங்கியிருந்த ரெண்டு வெளிநாட்டு மாணவர்களோட சூட்கேஸிலிருந்து..."

"இப்ப அவங்க எங்கே...?"

"தேடிக்கிட்டு இருக்கோம். இன்னும் கிடைக்கலை. இது என்ன மாதிரியான உலோக ஸ்டிக்குகள்ன்னு சொல்ல முடியுமா...?"

"இது ஒரு புதுவகை உலோகமா இருக்கு. அணுக்களின் கட்டமைப்பும் மூலக்கூறுகளும் வித்தியாசமான எண்ணிக்கையில் அமைஞ்சிருக்கு. ஆக்ஸைடுகள் கலந்த ப்ளூடோனியம் மாதிரியான உலோகம்."

"இது எதுக்கு உபயோகப்படும்?"

"இந்த ஸ்டிக்குகளை உபயோகப்படுத்தி அணு ஆயுதங்களை தயாரிக்கலாம். ராணுவத்துக்கு பயன்படும்." ராஜேந்திரனும் சீமாவும் திகைப்பாய் ஒருத்த்ரை ஒருத்தர் பார்த்துக் கொண்டார்கள்.

"புரஃபசர் தத்தாவோட பாடி ரீகேப்சரிங் ஆராய்ச்சியும் ராணுவத்துக்கு பயன்படக்கூடிய ஒண்ணுன்னு சொன்னாரே."

"ராணுவ விஷயங்களுக்கும் சோனாவுக்கும் என்ன சம்பந்தம் இருக்க முடியும்...?" ராஜேந்திரன் மோவாயைக் குழப்பமாய் வழுவிக் கொண்டிருக்கும் போதே நூர் முகம்மது சொன்னார்.

"இந்த ஆக்ஸைடுகள் கலந்த ப்ளூடோனியம் ஸ்டிக்குகளை அட்டாமிக் ரிசர்ச் சென்டர்க்கு கொண்டு போய் அவங்க கஸ்டடியில் வெச்சுடறது பெட்டர். ஏன்னா இதுல திடீர்ன்னு கதிர் இயக்க கசிவு ஏற்படலாம்."

"அதை உடனடியா பண்ணிடறோம்" ராஜேந்திரன், சீமா எழ முயன்ற விநாடி - லேபின் உள்ளேயிருந்து ஒரு நபர் வெளிப்பட்டார். ராஜேந்திரன் ஏறிட்டார்.

"ஸார்...! உங்களுக்கு போன். சப்-இன்ஸ்பெக்டர் ஜீவானந்தம் லைன்ல இருக்கார்."

ராஜேந்திரன் எழுந்து உள்ளே போய் மேஜையின் மேல் கவிழ்ந்து கிடந்த டெலிபோன் ரிஸீவரை எடுத்து காதுக்குக் கொடுத்தார்.

"சொல்லுங்க ஜீவானந்தம்..."

"ஸார்...! நீங்க உடனடியா புரஃபசர் தத்தாவோட பங்களாவுக்கு வரணும்."

"என்ன விஷயம்?"

"தத்தா இறந்துட்டார் ஸார்."

"எ... எ... எப்படி...?" ராஜேந்திரன் திணறும் குரலில் கேட்டார்.

"தெரியலை... ஸார்... ஒரு அஞ்சு நிமிஷத்துக்கு முன்னாடிதான் அங்கேயிருந்து தகவல் வந்தது. நான் இப்ப அங்கே போயிட்டிருக்கேன். நீங்களும் வந்துருங்க..."

9

விமானம் பறந்து கொண்டிருக்க ராஜாவர்மா சில விநாடிகள் யோசித்துவிட்டு சொன்னான்.

"அவர்கள் சொல்படி நாம் நடந்து கொள்வோம். இல்லாவிட்டால் விமானத்தை சுட்டு வீழ்த்தி விடுவார்கள். சில மணி நேரமாவது நாம் உயிரோடு இருக்க வேண்டுமென்றால் விமானத்தை வடகிழக்காக செலுத்துவதுதான் உத்தமம்."

"அவர்கள் கையில் மாட்டிக் கொண்டால் நம்மை சித்ரவதை செய்தே கொன்றுவிடுவார்கள்."

"கடவுளின் கருணை நமக்கு இருந்தால் நம்மால் தப்பிக்கவும் முடியும்."

விமானத்தை வடகிழக்காக திருப்பினான் ரவி.

"இன்றைக்கு நமக்கு நாள் சரியில்லை. இப்படி ஒரு இக்கட்டில் மாட்டிக் கொள்வோம் என்று கொஞ்சமும் நினைத்து பார்க்கவில்லை. ரகோத்தம் நம் இருவர் மீதும் மிகுந்த நம்பிக்கை வைத்து அனுப்பினார். அவரை ஏமாற்றிவிட்டோம்."

"விமானத்தை அவர்கள் சொன்ன இடத்துக்கு கொண்டு போவதற்கு முன்னால் இந்த போர்ட்டபில் மிஸைல்ஸையும் ஜெனரேட்டரையும் கீழே தள்ளிவிடலாம். இது அவர்களின் கண்களில் பட்டுவிட்டால் நம்மை நடத்துகிற விதம் இன்னமும் மோசமாக இருக்கும்..."

"இப்போதே தள்ளிவிட்டுவிடலாமா?"

"உடனே செய்ய வேண்டும்."

ரவி விமானத்தை ஓட்டிக் கொண்டிருக்க ராஜாவர்மா விமானத்தின் பின்பகுதிக்குப் போய் போர்ட்டபிள் மிஸைல்ஸையும் ஜெனரேட்டரையும் ஸ்லிட் வழியாக கீழே தள்ளிவிட அவை அடர்ந்த காட்டின் இருட்டை நோக்கிப் போயின.

வயர்லஸ் மறுபடியும் 'பீப் பீப்' என்று கூப்பிட்டது. ரவி அதை எடுத்து செவிமடுக்க குரல் சிரித்தது.

"இப்போது உன்னுடைய விமானம் சரியான திசையை நோக்கி வந்து கொண்டிருக்கிறது. இதே திசையில் வந்து கொண்டிருக்க வேண்டும். கொஞ்சம் திசைமாறிப் போனாலும் விமானம் நடுவானத்தில் ஒரு தீப்பிழம்பாய் மாறும்."

"உங்கள் சொல்படி கேட்டு வந்து கொண்டிருக்கிறோம். அவசரப்பட்டு விமானத்தை சுட்டு வீழ்த்திவிட வேண்டாம்... விமானத்தை நீங்கள் எங்கே இறக்கச் சொல்கிறீர்களோ அங்கே இறக்க நாங்கள் தயாராய் இருக்கிறோம்."

"இது புத்திசாலித்தனம். இந்தியர்களுக்கு இப்போதெல்லாம் புத்தி நன்றாக வேலை செய்ய ஆரம்பித்து விட்டது என்று சொன்னார்கள். அப்போது நான் நம்பவில்லை. இப்போது நம்புகிறேன்..."

"உங்களுக்கே புத்தி வேலை செய்யும் போது எங்களுக்கு அது வேலை செய்யாமல் இருக்குமா...?"

"நீ இப்போது ஆபத்தில் இருக்கிறாய். எதையும் யோசனை செய்துப் பேசு. விமானத்தில் எத்தனை பேர் இருக்கிறீர்கள்...?"

"என்னையும் சேர்த்து இரண்டு பேர்."

"ஆயுதங்கள் ஏதாவது...?"

"ஒன்றும் இல்லை. வீ ஆர் ஆர்ம்லஸ் அண்ட் ஹார்ம்லஸ். எல்லையோர பாதுகாப்பை சரி பார்க்க இந்த விமானத்தில் புறப்பட்டோம்."

"நம்ப முடியவில்லை..."

"நீங்கள் நம்பினாலும் சரி... நம்பாவிட்டாலும் சரி இதுதான் உண்மை."

"சரி... உங்களிடம் இப்போது பிஸ்டல்கள்கூட இல்லையா...?"

"இரண்டு பிஸ்டல்கள் மட்டும் இருக்கின்றன."

"அவற்றை இந்த நிமிஷமே கீழே போட்டு விடுங்கள். விமானம் நாங்கள் சொன்ன இடத்தில் தரையிறங்கும் போது உங்கள் இருவரிடமும் ஒரு குண்டூசி கூட இருக்கக் கூடாது..."

ரவி கோபத்தை அடக்கிக் கொண்டு சொன்னான். "இருக்காது...! ஆனால் எங்களிடம் இந்திய ராணுவத்துக்கே உரிய தைரியமும் மன உறுதியும் இருக்கும்."

"வா... அதையும் சோதித்துப் பார்த்துவிடலாம்."

குரல் சிரித்துவிட்டு வயர்லஸ்ஸை அணைத்தது.

10

ப்ரஃபசர் தத்தாவின் ஆராய்ச்சிக்கூடம் நூறு சதவிகிதம் கலைந்து போயிருந்தது.

கூண்டுகள் உடைந்து போயிருந்ததில் சுதந்திரம் பெற்ற வெள்ளை எலிகள் மேஜைகளின் நீளமான பரப்புகளில் மருட்சியோடு ஓடிக் கொண்டிருந்தன. பிப்பெட் மற்றும் ப்யூரெட் கண்ணாடிச் சில்லுகள் பூட்ஸ் கால்களில் நொறுங்க ராஜேந்திரனும் சீமாவும் உள்ளே போனார்கள். எதையும் கலைக்காமல் போலீஸ் சம்பிரதாயங்கள் நிகழ்ந்து கொண்டிருக்க - வொர்க்கிங் டேபிளுக்கு பக்கத்தில் மல்லாந்து விழுந்து கிடந்தார் தத்தா. அவருடைய மார்பில் ஓவர் கோட்டைத் துளைத்துக் கொண்டு அளவு எடுத்தது போல் வட்டமாய் ஒரு ரத்தப் பொத்தல்.

ராஜேந்திரன் அந்த ரத்தப் பொத்தலைப் பார்த்துவிட்டு பக்கத்தில் இருந்த ஃபாரன்ஸிக் அதிகாரியிடம் திரும்பினார்.

"காயத்தைப் பார்த்தா சாதாரண துப்பாக்கியில் சுட்ட மாதிரி தெரியலையே...?"

"யூ... ஆர்... கரெக்ட் ஸார். இது லேசர் துப்பாக்கியால சுட்ட காயம். உடம்பு சிதையாமே, ரத்தம் சிதறாமே மரணம்."

ராஜேந்திரனின் பார்வை இப்போது அழுது கொண்டிருந்த பூர்வாவின் மேல் விழுந்தது.

"என்ன நடந்தது மிஸ் பூர்வா...?"

"ஒண்ணும் புரியவில்லை இன்ஸ்பெக்டர். நான் கம்ப்யூட்டர் ரூம்ல ஒரு ப்ராஜக்ட் ரிப்போர்ட்டை ப்ரிப்பேர்

செய்துக் கொண்டிருந்தேன். திடீர்ன்னு ரிசர்ச் ரூமிலிருந்து ஏதோ சத்தம் கேட்ட மாதிரி இருந்தது. இன்டர்காம் பண்ணிப் பார்த்தேன். லைன் கிடைக்கலை. உடனே புறப்பட்டு வந்தேன். ரிசர்ச் ரூம் உள்பக்கம் 'லாக்'காகியிருந்தது. தட்டிப் பார்த்தேன். உள்ளேயிருந்து எந்த சத்தமும் வராமல் போகவே செக்யூரிட்டியைக் கூப்பிட்டு கதவை உடைச்சு உள்ளே வந்து பார்த்தப்ப அறை இந்த கோலத்துல இருந்தது. புரஃபசர் வொர்க்கிங் டேபிளுக்குப் பக்கத்தில் விழுந்து கிடந்தார்."

பங்களா செக்யூரிட்டி குறுக்கிட்டு சொன்னான்.

"ஸார்...! இந்த சம்பவம் நடக்கிறதுக்கு ஒரு மணி நேரத்துக்கு முந்தி ரெண்டு பேர் மோட்டார் பைக்கில் ரோட்டுப் பக்கம் அடிக்கடி போனாங்க. போகும் போதும் வரும் போதும் பங்களாவையே பார்த்தாங்க."

"அவங்க எப்படியிருந்தாங்க...?"

"ரெண்டு பேருமே ஹெல்மெட் போட்டிருந்தாங்க. முகங்களே தெரியலை..."

"பைக் நம்பரை நோட் பண்ணினியா?"

"பார்க்க முடியலை ஸார்... பைக்ல போகும் போது வேகமா போனாங்க."

"என்ன பைக்?"

"ஆர்.எக்ஸ் மாதிரி தெரிஞ்சுது ஸார்."

சீமா, ராஜேந்திரனிடம் திரும்பினாள். "ஸார்...! அவங்க ரெண்டு பேரும் மூன்லைட் ஹோட்டலில் தங்கியிருந்த வெளிநாட்டு மாணவர்களாய் இருக்கலாம்."

"அவங்க நோக்கம் புரஃபசர் தத்தாவைக் கொலை செய்யறதாக மட்டும் இருந்திருந்தா இப்படி ரிசர்ச் ரூமையே களேபரமாக்கியிருக்க வேண்டியது இல்லை."

"எதையோ தேடியிருக்காங்க ஸார்..."

"பூர்வா! ஏதாவது காணாமே போயிருக்கான்னு பாருங்க..."

"பார்த்துட்டேன் ஸார். பாடி ரீகேப்சரிங் சம்பந்தப்பட்ட ஃபைல்களையெல்லாம் புரட்டிப் பார்த்திருக்காங்க. சில பக்கங்களை கிழிச்சு எடுத்துட்டும் போயிருக்காங்க."

"வந்தவங்க நேத்து வந்த வெளிநாட்டு மாணவர்களாக இருக்கலாமோ?"

"அப்படி சொல்ல முடியாது இன்ஸ்பெக்டர்...! புரஃபசரின் இந்த பாடி ரீகேப்சரிங் ரிசர்ச் மேல் வெளிநாட்டு ஏஜெண்ட்ஸ் பல பேர்க்கும் ஒரு கண். இந்த ரிசர்ச் சிஸ்டத்தையே ஒரு பெரிய தொகைக்கு விலை பேச பலரும் முயற்சிப் பண்ணினாங்க. ஆனா புரஃபசர் யார்க்கும் மசியலை. இந்த பாடி ரீ கேப்சரிங் ரிசர்ச்சோட முழு உபயோகமும் இந்திய ராணுவத்துக்கு மட்டுமே உரிமையானதுன்னு சொல்லிட்டார். அதைத் தவிர இன்னொரு விஷயமும் சொல்லியிருக்கார் ஸார்."

"என்ன...?"

"புரஃபசர்க்கு எதிரிகள் அதிகம். அந்த எதிரிகளால் எந்த நிமிஷமும் அவரோட உயிர்க்கு ஆபத்து ஏற்படலாம் என்கிற நிலைமை இருந்தது. அதனால என்னைக் கூப்பிட்டு இப்படி ஒரு தடவை சொல்லியிருக்கார். அவரோட மரணம் இயற்கையானதாக இல்லாமல் ஒரு கொலையாக இருந்தா அவரோட பேங்க் லாக்கரை திறந்து பார்க்கச் சொல்லியிருக்கார். இதை ஒரு ரகசியம் போல் என்கிட்ட சொல்லி வெச்சிருந்தார்."

"இஸிட்...? லாக்கர் சாவி?"

11

சரியாய் இருபது நிமிடப் பயணம்.

எண்பதாவது கிலோமீட்டரில் காட்டுக்கு நடுவில் ஒரு சிவப்புக்கொடி பறக்க ரவி விமானத்தை கீழே தாழ்த்தினான். ராஜாவர்மா ஆச்சர்யப்பட்டான்.

“இந்தியாவின் எல்லைப் பகுதிகளில் பாகிஸ்தான் தீவிரவாதிகள் இவ்வளவு தூரம் ஊடுருவியிருப்பது ஆச்சர்யமாக உள்ளது... நம் பாதுகாப்புபடை என்னதான் செய்து கொண்டிருக்கிறார்கள் என்று தெரியவில்லை...”

“எப்போதுமே திருடனுக்கு சாமர்த்தியம் அதிகம். நாம் எவ்வளவோ திட்டம் போட்டு மிர்ஜோன் பள்ளத்தாக்கில் இருக்கும் தீவிரவாதிகளை அழிக்கப் புறப்பட்டோம். ராடாரின் பார்வைக்கு புலப்படாத விமானம் இது. இருந்தாலும் அவர்களின் ராடார் திரைக்கு மாட்டிக் கொண்டோம்.”

விமானம் இன்னமும் கீழே தாழப் பறந்து உயரம் இழக்க, பறந்து கொண்டிருந்த சிவப்புக் கொடிக்கு அப்பால் செடி கொடிகளை அகற்றி நிர்மாணிக்கப்பட்டிருந்த ஒரு ரன்வே தெரிந்தது.

“கில்லாடிகள்” ராஜாவர்மா பிரமித்தான்.

“எல்லாம் வெளிநாட்டு தீவிரவாத தலைவர்களின் அராஜக மூளை...”

“நம்மால் இவர்களிடமிருந்து தப்பிக்க முடியுமா?”

“முயற்சித்தால் முடியாதது எதுவும் கிடையாது. நம் ராணுவத்தில் நமக்கு எல்லாவற்றையும் சொல்லிக் கொடுத்து இருக்கிறார்கள்.”

விமானம் ரன்வேயில் இறங்கி சிறிது தூரம் ஓடி நின்றதும் அடர்த்தியான மரங்களின் மறைவிடப் பகுதிகளிலிருந்து பச்சை சீசா நிற யூனிஃபார்ம் அணிந்த பாக். தீவிரவாதிகள் கைகளில் எல்.எம்.ஜி. கன்களோடு ஓடி வந்தார்கள். ஹிந்தி தவிர எல்லா மொழிகளையும் பேசிக் கொண்டு சூழ்ந்தார்கள்.

ரவியும் ராஜாவர்மாவும் விமானத்திலிருந்து இறங்கிக் கொண்டிருக்கும் போதே ஒருவன் தன் கனமான பூட்ஸ் காலால் எட்டி உதைத்தான்.

“விமானத்தில் பறந்து வேவு பார்க்க வந்தீர்களா?”

வயிற்றில் விழுந்த உதைகளை தாங்கிக் கொள்ள முடியாமல் இருவரும் சுருண்டு விழுந்தார்கள்.

“கெட்...அப்...”

கால்களால் எத்தினார்கள். உதடுகளில் கசியும் ரத்தத்துடன் எழுந்து நின்ற இருவரின் கைகளும் கட்டப்பட்டன. தொடர்ந்து கண்கள். வெளிச்சம் புக முடியாத கெட்டியான துணி. கறுப்பு காகிதத்தை ஒட்ட வைத்த மாதிரி இருட்டு.

“ம்... நடங்கள்...”

இருவரும் தட்டுத்தடுமாறி நடந்தார்கள். நடக்கத் தடுமாறிய போது தள்ளப்பட்டார்கள்.

சுற்றிலும் பூட்ஸ் சத்தங்கள். இடையிடையே காட்டுப் பறவைகளின் கத்தல்கள். செடி கொடிகளின் உரசல்கள். சுமார் அரைமணி நேர நடைக்குப் பின் இருவரும் நிறுத்தப்பட்டார்கள். கண்களில் கட்டியிருந்த பட்டை அவிழ்க்கப்பட்டது.

ரவியும் ராஜாவர்மாவும் கண்களை கசக்கிக் கொண்டு சுற்றும் முற்றும் பார்த்தார்கள்.

அடர்ந்த காட்டின் மையம் அது. சுற்றிலும் மரங்கள் வானத்தை நோக்கி கிளைகளை பரப்பியிருக்க, மரங்களுக்கு நடுவில் கேன்வாஸ் துணியாலான இரண்டு டென்ட்டுகள் தெரிந்தன.

பனிமூட்டம் லேசாய் பரவியிருந்தது.

இரண்டு பேர்களின் முதுகுகளிலும் துப்பாக்கிகள் இடித்தன.

"ம்... நடங்கள்..." ஒரு டென்ட்டை நோக்கி தள்ளிப் போனார்கள். டென்ட்டுக்குள் பேட்டரியால் இயங்கும் மினி ட்யூப்லைட்கள் வெளிச்சத்தை நிரப்பியிருக்க மையமாய் நாற்காலி போட்டு பாகிஸ்தான் ராணுவ அதிகாரி ஒருவர் சிகரெட் பிடித்தபடி சாய்ந்திருந்தார். அவர்க்குப் பின்னால் பாகிஸ்தான் நாட்டுக் கொடி குண்டூசிகளால் குத்தி வைக்கப்பட்டிருந்தது.

சிகரெட்டை பூட்ஸ் காலுக்கு கொடுத்து தேய்த்துவிட்டு அந்த அதிகாரி எழுந்தார். யூனிஃபார்மின் சட்டைப் பாக்கெட்டில் 'அப்துல்வாசீம்' என்ற நேம் பேட்ச் தெரிந்தது. தீவிரவாதிகளில் ஒருவன் சொன்னான்.

"விமானம் மூலமாக வேவு பார்க்க வந்த அந்த இரண்டு பேர் இவர்கள்தான்..."

அப்துல்வாசீம் தன் இடது கையை நீட்ட தீவிரவாதிகளில் ஒருவன் தன் இடுப்பில் வைத்திருந்த துப்பாக்கியை எடுத்து அவருடைய கையில் திணித்தான்.

அப்துல்வாசீம் உதட்டில் இப்போது ஒரு குரூரப் புன்னகை. பார்வை இரண்டு பேர்களின் மேலும் மாறிமாறி விழுந்தது.

"எனக்கு உண்மை வேண்டும். உங்கள் இரண்டு பேரில் முதலில் யார் உண்மையைச் சொல்கிறார்களோ அவர்களுக்கு உயிர்ப்பிச்சை கொடுக்கப்படும். வேளா வேளைக்கு உணவு கிடைக்கும். சித்ரவதை கிடையாது. முதலில் யார் முந்திக் கொள்கிறார்களோ அவர்களுக்கு மட்டுமே சலுகை."

ரவியும் ராஜாவர்மாவும் தலைகளை குனிந்து கொண்டு மௌனமாய் நின்றார்கள்.

"உங்கள் இருவருடைய நாட்டுப்பற்றையும் காட்ட இது சரியான இடம் கிடையாது. உங்களுக்கு முழுதாய் பத்து நிமிஷ நேரம் அவகாசம். அந்த பத்து நிமிஷ நேரத்துக்குள் முதலில் யார் வாயைத் திறந்து உண்மையைச் சொல்கிறார்களோ அவர்களுக்கு உயிர்ப் பிச்சை. உண்மையைச் சொல்லாவிட்டால் இரண்டு பேருமே உயிரை விட வேண்டியதுதான்... அதுவும் ஒரே தோட்டாவில் ஒரே நேரத்தில் இரண்டு பேரும் செத்துப் போவீர்கள். ஒரே தோட்டா மூலம் இரண்டு பேர் எப்படி உயிரை விட முடியும் என்று யோசிக்கிறீர்களா? ரஜோக்! அது எப்படி என்பதை இவர்களுக்கு செய்து காட்டு"

அப்துல்வாசீம் சொல்ல தீவிரவாதிகளில் ஒருவனான ரஜோக், ரவியையும் ராஜாவர்மாவையும் முதுகோடு முதுகு சேர்த்து நிற்க வைத்தான். இரண்டு பேர்களையும் ஒரே கயிற்றால் கட்டினான். இப்போது ரவியின் முகம் கிழக்கு திசையைப் பார்க்க ராஜாவர்மாவின் முகம் மேற்கு திசையைப் பார்த்தது.

அப்துல்வாசிமின் கையில் இருந்த துப்பாக்கி இப்போது ரவியின் உதட்டின் மேல் படிந்தது.

"வாயைத் திற..."

ரவி வாயைத் திறக்க துப்பாக்கி உள்ளே நுழைந்தது. ரவிக்கு மூச்சு முட்ட அப்துல்வாசீமின் உதட்டில் இப்போது புஷ்டியான புன்னகையொன்று பிறந்தது.

"இந்த நிமிஷம் என் துப்பாக்கி உன் தொண்டைக்குள் இருக்கிறது. நான் ட்ரிக்கரை சுண்டினால் என்னாகும் தெரியுமா...? தோட்டா உன் தொண்டையை பொத்தல் போட்டுக் கொண்டு உன் முதுகோடு சேர்த்துக் கட்டப்பட்டு இருக்கிற உன் கூட்டாளியின் பின் மண்டையை சிதறடிக்கும்.

சில நிமிஷ வித்தியாசங்களில் இரண்டு பேர்க்குமே உயிர் பிரிந்துவிடும். உங்களுக்கு எப்படி வசதி...? வாயைத் திறந்து எதுவும் பேசாமல் இரண்டு பேரும் ஒன்றாய் செத்துப் போய்விடுகிறீர்களா... இல்லை உண்மையைச் சொல்லப் போகிறீர்களா...?"

ரவியும் ராஜாவர்மாவும் மௌனம் சாதிக்க அப்துல்வாசீம்மின் குரல் தொடர்ந்தது.

"கொடுத்த பத்து நிமிஷ அவகாசத்தில் ஐந்து நிமிஷம் இப்போதே கரைந்து போய்விட்டது. இனி மீதி இருப்பது ஐந்து நிமிஷம். சரியாய் 300 விநாடிகள். இந்த 300 விநாடிகளுக்குள் பதில் சொல்லாவிட்டால் 301-வது நிமிடம் இந்த துப்பாக்கி வெடிக்கும். உன் தொண்டையும் ராஜாவர்மாவின் கபாலமும் ஒரே நேரத்தில் சிதறும்..."

ரவியும் ராஜாவர்மாவும் தலைகளைக் குனிந்து கொண்டு மௌனமாயிருக்க விநாடிகள் குறைய ஆரம்பித்தன-299, 298, 297, 296, 295, 294...

12

இரவு பதினோரு மணி.

பரங்கிமலை ராணுவ கண்டோன்மெண்ட். போலீஸ் ஜீப் பாதுகாக்கப்பட்ட எல்லைக்குள் நுழைந்து ஒரு அரையிருட்டான கட்டிடத்துக்கு முன்பாய் நின்றது. ராஜேந்திரன், சீமா, பூர்வா மூன்று பேரும் இறங்க, செண்ட்ரி ஒருவர் எதிர்கொண்டு மங்கலான வெளிச்சம் பரவியிருந்த வராந்தாவில் கூட்டிக் கொண்டு போனார்.

சில நிமிஷ நடையில் வார்ஃபீல்ட் டெக்னிகல் ஆபீஸர் டொமினிக் அறை வந்தது. அவர்களுக்காக காத்து இருந்த டொமினிக் எழுந்து நின்று கைகுலுக்கி வரவேற்றார்.

“வெல்கம் டூ எவ்ரிபடி... ப்ளீஸ் ஸீட்டட்” நாற்காலிகளைக் காட்டிவிட்டு தானும் உட்கார்ந்தார். கேட்டார்.

“சொல்லுங்கள்... என்ன விஷயம்...? காணாமல் போன சோனாவைப் பற்றி ஏதாவது தகவல் கிடைத்ததா?”

“ஸாரி...! இல்லை... வீ ஆர் ட்ரையிங்.”

“இன்வெஸ்டிகேஷன் எந்த அளவில் உள்ளது...?”

“தமிழக போலீஸும் அண்டை மாநில போலீஸும் முழு வீச்சில் சோனாவை தேடும் பணியில் ஈடுபட்டுள்ளது.”

“புரபசர் தத்தா கொலையுண்ட சம்பவத்துக்கும் சோனா காணாமல் போன சம்பவத்துக்கும் ஏதாவது தொடர்பு உண்டா?”

“எதுவும் புரியவில்லை. புரபசர் தத்தாவுக்கு தொழில் ரீதியாய் எதிரிகள் அதிகம். அவர் செய்து வந்த பாடி ரீகேப்சரிங் டெஸ்ட்டும் ஆராய்ச்சியும் உலக அளவில் பிரபலமாயிருக்கு. அந்த ஆராய்ச்சி சம்பந்தப்பட்ட ரகசிய ஃபார்முலாக்களை வாங்க எல்லா நாட்டு ராணுவமும் முயற்சி பண்ணியிருக்கு. அதுக்காக பெரிய தொகையும் பேசப்பட்டிருக்கு. பட் புரபசர் தத்தா பணத்துக்கு ஆசைப்படாமே - ‘பாடி ரீகேப்சரிங் ரிசர்ச்’ இந்திய ராணுவத்துக்கு மட்டுமே உபயோகப்படணும்ன்னு ஆசைப்பட்டார்.

அவர் கடைசி வரைக்கும் அதில் உறுதியாய் இருக்கவே மற்ற நாட்டு ராணுவ உளவுப்படை ஆசாமிகள் புரபசர் தத்தாவை நேரிலும் போனிலும் மிரட்டியிருக்காங்க. ஆனா அவர் எதுக்கும் அசைந்து கொடுக்கலை.”

“இந்த விபரமெல்லாம் உங்களுக்கு எப்படி கிடைத்தது? யார் சொன்னார்கள்...?”

“அவருடைய பேங்க் லாக்கரை இன்று காலை திறந்து பார்த்தபோது அதில் ஒரு ஆடியோ கேஸட் இருந்தது. அந்த கேஸட்டை டேப் ரிக்கார்டரில் போட்டுப் பார்த்தோம். அந்த கேஸட்டில் தத்தாவே பேசியிருந்தார். பாடி ரீகேப்சரிங் டெஸ்ட் சம்பந்தமாய் அவர் சில ரகசியக் குறிப்புகளையும் சொல்லியிருக்கார். லாக்கர்க்குள் இரண்டு கம்ப்யூட்டர் டிஸ்க்குகள் இருந்தன.

பூர்வா குறுக்கிட்டுச் சொன்னாள். “இந்த இரண்டு கம்ப்யூட்டர் டிஸ்க்குகளிலும்தான் பாடி ரீகேப்சரிங் சம்பந்தப்பட்ட எல்லா டெக்னாலஜிகல் அண்ட் பயாலாஜிகல் ஃபேக்ட்ஸும் உள்ளன. இந்த ஃபேக்ட்ஸ்களை உபயோகப்படுத்தி பாடி ரீகேப்சரிங் ப்ராஸஸை வெற்றிகரமாய் செயல்படுத்தலாம்.”

ராஜேந்திரன் தான் கொண்டு போயிருந்த ப்ரீப்கேஸைப் பிரித்து உள்ளேயிருந்து இரண்டு ஆடியோ கேஸட்களையும்

இரண்டு கம்ப்யூட்டர் டிஸ்க்குகளையும் எடுத்து மேஜையின் மேல் வைத்தார். டொமினிக்கை ஏறிட்டபடி சொன்னார்.

"இந்த இரண்டு ஆடியோ கேஸட்களும் இரண்டு கம்ப்யூட்டர் டிஸ்க்குகளும் இன்றைய நிலவர விலைப்படி பத்து கோடி டாலர்கள். இவற்றை முறைப்படி பத்திரமாக உங்களிடம் ஒப்படைக்கத்தான் வந்தோம்... இவைகளை வைத்திருக்க எங்களுக்கு அனுமதியில்லை..."

டொமினிக் புன்னகைத்தார்.

"இதைப் பற்றிய தகவல் எனக்கு ஏற்கெனவே பாதுகாப்புத்துறை அமைச்சகத்திலிருந்து வந்துவிட்டது. இந்த கேஸட்டுகளையும் சி. டிக்களையும் வாங்கிக் கொண்டு போக டெல்லியிலிருந்து இரண்டு முக்கிய அதிகாரிகள் நாளை வருகிறார்கள்."

டொமினிக் சொல்லிக் கொண்டிருக்கும் போதே இன்ஸ்பெக்டர் ராஜேந்திரனின் மேல் பாக்கெட்டில் இடம் பிடித்து இருந்த செல்போன் முனகி முனகிக் கூப்பிட்டது.

எடுத்தார். காதுக்குப் பொருத்தினார்.

"எஸ்..."

"ராஜேந்திரன்...?"

"ஹோல்டிங்..."

"விஜயகுமார்... ஃப்ரம் க்ரைம் ப்ராஞ்ச்"

"சொல்லுங்க விஜய்..."

"நீங்க உடனே ரிச்மாண்ட் ஹாஸ்பிடலுக்கு புறப்பட்டு வரணும்..."

"என்ன விஷயம்...?"

"சோனா கிடைச்சுட்டா..."

" எ...எ...எப்படி...?"

"போன்ல எதுவும் வேண்டாம். நேர்ல வாங்க."

"இதோ...! கிளம்பிட்டேன்."

ராஜேந்திரன் நாற்காலியைத் தள்ளிக் கொண்டு எழுந்தார். கூடவே சீமாவும் பூர்வாவும் புறப்பட்டார்கள்.

13

பாகிஸ்தான் ராணுவ அதிகாரி அப்துல்வாசீம் விநாடிகளை எண்ணிக் கொண்டிருக்க -

முதுகோடு முதுகு சேர்த்துக் கட்டப்பட்ட ரவியும் ராஜாவர்மாவும் தலை குனிந்து அப்படியே நின்றிருந்தார்கள்.

முன்னூறு விநாடிகள் எண்ணி முடிக்கப்பட்ட நிலையிலும் அவர்கள் அப்படியே நின்றிருக்க அப்துல்வாசீமின் கையில் இருந்த துப்பாகி உயர்ந்தது.

அதே விநாடி -

தீவிரவாதிகளில் ஒருவன் அப்துல்வாசீமுக்கு கண் ஜாடை காட்டி கூடாரத்தின் ஓரமாய் கூட்டிக் கொண்டு போய் நிற்க வைத்து தாழ்ந்த குரலில் பேசினான்.

"இவர்களை இப்படி ஒன்றாக நிற்க வைத்துக் கொண்டு கேட்டால் வாயைத் திறக்கமாட்டார்கள். தோட்டாவை வாங்கிக் கொண்டு செத்து வீழ்வார்களே தவிர உண்மையைச் சொல்லமாட்டார்கள். இரண்டு பேரையும் பிரித்து வைத்து தனித்தனியே விசாரணை செய்தால் உண்மை வெளியே வரும்... உடனடியாய்ச் சுட்டுக் கொல்வதில் ஒரு பிரயோஜனமும் இல்லை..."

சில விநாடி கண் மூடி யோசித்த அப்துல்வாசீம் பின்பு மெல்ல தலையை ஆட்டினார்.

"நீ சொல்வதும் சரிதான். முதலில் இரண்டு பேரையும் பிரி. ஒருவனை இதே டென்ட்டில் விட்டுவிட்டு இன்னொருவனை அடுத்த டென்டுக்கு கூட்டிக் கொண்டு போ..."

அந்த தீவிரவாதி செயல்பட்டான். கயிற்றுக் கட்டுக்களை அவிழ்த்து ரவியை அங்கேயே விட்டுவிட்டு ராஜாவர்மாவை பக்கத்து டென்ட்டுக்கு கூட்டிக் கொண்டு போனார்கள்.

ரவியிடம் வந்தார் அப்துல்வாசீம். "எங்கள் ராணுவ முகாமின் சித்திரவதைகளைப் பற்றி உனக்குத் தெரியாது. உடம்பின் ஒவ்வொரு செல்லையும் கதற வைக்க எங்களுக்குத் தெரியும்..."

ரவி முதல் தடவையாய் புன்னகைத்தான்.

"நீங்கள் 300 விநாடிகளை எண்ணி முடித்த உடனேயே நான் உண்மையைச் சொல்ல வாயைத் திறந்தேன்."

"உண்மையா... என்ன உண்மை...?"

"என் சட்டையைக் கழற்றி என் மார்பின் இடது பக்கம் பாருங்கள்."

தீவிரவாதி ஒருவனுக்கு அப்துல்வாசீம் கண்ணைக் காட்ட அவன் ரவியை நெருங்கி சட்டையைக் கழற்றி இடது மார்பைக் காட்ட கழுகும் அதன் மேல் ஒரு நட்சத்திரக் குறியும் தீயினால் சுட்ட வடுக்கள் மாதிரி தெரிந்தது."

அப்துல்வாசீமின் பார்வையில் இப்போது பிரமிப்பும் சந்தோஷமும் பரவியது.

"இது... இது... ஈகிள் புனிதப் போர் தீவிரவாதக் குழுவின் குறீயீடு ஆயிற்றே...?"

"நான் ஈகிள் புனிதப் போர் தீவிரவாதக் குழுவின் தலைவன். எனக்குத் தேவை பணம், பணம், பணம்... இந்திய ராணுவத்தில் பணியாற்றிக் கொண்டே என் இயக்கத்தை புஷ்டியாய் வளர்த்து வைத்து இருக்கிறேன். என் உடம்பில் இருப்பது இந்திய ராணுவ சீருடை. என் உடம்பு இயங்குவது இந்திய உணவால். ஆனால் என் விசுவாசம் எல்லாம் எனக்கு பணத்தை அள்ளி வீசும் பாகிஸ்தானுக்காக..."

“நீ சொல்வதை நான் எப்படி நம்புவது?”

“ஈகிள் புனிதப் போர் தீவிரவாதக் குழுவின் வயர்லஸ் ஃப்ரீக்வென்ஸி எண் ஒன்பது நார்த் ஈஸ்ட். அதனுடன் தொடர்பு கொண்டு பேசிப் பாருங்கள். இயக்கத்தின் தண்டுவடமாக செயல்பட்டுக் கொண்டிருக்கும் சபேஷ் உங்களோடு பேசுவான். ‘ஹலோ’ என்று சொல்வதற்கு பதிலாக ‘புனிதப் போர்’ என்று சொல்ல வேண்டும்.” - அப்துல்வாசீம் டெண்ட்டின் மூலையில் இருந்த வயர்லஸ்ஸை நோக்கிப் போனார். ஃப்ரீக்வென்ஸியின் எண் ஒன்பதை வடகிழக்கு திசையில் தொடர்பு கொண்டார். குரல் கொடுத்தார்.

“புனிதப் போர்.”

“புனிதப் போர். நான் சபேஷ். மறுமுனையில் யார்...?”

“நான் பாகிஸ்தான் ராணுவ அதிகாரி... அப்துல்வாசீம்...”

“என்ன விஷயம்...”

“இந்திய ராணுவத்தில் பணிபுரியும் ரவி உங்கள் இயக்கத்தை சேர்ந்த நபரா...?”

“ஆமாம்...! எங்கள் இயக்கத்தின் மூளையே அவர்தான். அவர்க்கு இப்போது என்ன...?”

“ஒரு ஆபத்தும் இல்லை. அவரை இந்திய ராணுவ வீரர் என்று நினைத்து சிறை பிடித்து வைத்துள்ளோம். அவர் ‘ஈகிள்’ இயக்கத்தைச் சேர்ந்த நபர் என்று சொன்னதால் உங்களோடு தொடர்பு கொண்டோம். உண்மை இப்போது தெரிந்துவிட்டதால் இனி அவரை மரியாதையுடன் நடத்துவோம்...”

அப்துல்வாசீம் வயர்லஸ்ஸை அணைத்துவிட்டு ரவியை புன்னகையோடு ஏறிட்டார்.

“நல்ல வேளை... என் துப்பாக்கிக்கு நான் வேலை கொடுக்கவில்லை.”

“ராஜாவர்மா என்னோடு இருந்ததால் என்னால் வாயைத் திறந்து உண்மையைச் சொல்ல முடியவில்லை.

நாட்டுப்பற்று இருப்பது போல காட்டிக் கொள்ள வேண்டியிருந்தது."

"சரி...! எதற்காக இந்த விமானப் பயணம்?"

"மிர்ஜோன் பள்ளதாக்கில் வந்து ஒன்று சேர்ந்து இருக்கும் நம் சகோதர தீவிரவாத இயக்கங்களை அழிப்பதற்காக எங்களுக்கு திட்டம் போட்டு கொடுக்கப்பட்டது."

அப்துல்வாசீம் முகத்தில் இப்போது கவலை.

"மிர்ஜோன் பள்ளத்தாக்கில் நம் தீவிரவாத குழுக்கள் ஒன்று சேர்வது இந்திய ராணுவத்துக்கு எப்படி தெரியும்? இந்திய உளவுத்துறையில் இருப்பவர்கள் தூங்குவதேயில்லை போலிருக்கிறது. நம் இயக்கங்களின் நடமாட்டங்களை எப்படியோ வாசனை பிடித்து விடுகிறார்கள். இது இப்படியிருக்க இன்னொரு விஷயம் நாம் பெருமை கொள்ளும்படி இருக்கிறது."

"என்ன...?"

"சில உண்மையான இந்திய வீரர்களை ராணுவத்தில் பணிபுரிவதாக சொல்லிக் கொண்டு நம் இயங்கங்களுக்கு ஆதரவாக செயல்பட்டுக் கொண்டிருக்கிறார்கள்."

"உண்மையாகவா?"

"ஆமாம்...! என்கூடவே பணியாற்றிக் கொண்டிருந்த நகுல் என்பவன் உண்மையிலேயே ஒரு பாகிஸ்தானி. பெயரை மாற்றிக் கொண்டு இந்திய ராணுவத்தில் சேர்ந்து மறைமுகமாக ஒரு புரட்சியையே செய்து வந்து இருக்கிறான். அவனை பாகிஸ்தானி என்று எப்படியோ மோப்பம் பிடித்துவிட்ட பார்டர் செக்யூர்டி ஆபீஸர் ரகோத்தம் நகுலின் சுயரூபத்தை வெளியே கொண்டு வர என்னைக் கலந்தாலோசித்து ஒரு திட்டம் போட்டார். நகுல் அந்த திட்டத்தில் மாட்டிக் கொண்டு இப்போது ராணுவச் சிறையில் இருக்கிறான். அவனை மீட்டு நம் இயக்கத்துக்கு கொண்டு வந்தால் எத்தனையோ திட்டங்களை வெற்றிகரமாய்

நிறைவேற்றலாம்... ஈகிள் இயக்கத்தின் இப்போதைய முக்கியத் திட்டம் புரபசர் தத்தாவின் 'பாடி ரீகேப்சரிங்' ரிசர்ச் பற்றிய எல்லா பயோ - டெக்னிகல் ஃபேக்ட்ஸையும் கவர்ந்து கொள்வதுதான். அதற்காக நம் தீவிரவாத இயக்கத்தைச் சேர்ந்த இரண்டு பேர் வெளி நாட்டு மாணவர்கள் என்ற போர்வையில் சென்னைக்கு போயிருக்கிறார்கள். போலீஸ் அவர்களை மோப்பம் பிடித்துவிட்டதால் கொண்டு போயிருந்த ப்ளுடோனியம் மெட்டல் ஸ்டிக்குகளைக்கூட ஆயுத வியாபாரிகளுக்கு சப்ளை செய்யாமல் ஹோட்டல் அறையிலேயே போட்டுவிட்டு ஓடி வந்துவிட்டார்கள். அப்படி ஓடி வருவதற்கு முன் உபயோகமான காரியத்தையும் செய்துவிட்டு வந்திருக்கிறார்கள்.

"என்ன காரியம்?"

"பாடி ரீகேப்சரிங் பயோ - டெக்னிகல் ஃபேக்ட்ஸ் கிடைக்காத கோபத்தில் புரபசர் தத்தாவின் லேப்புக்கு போய் அவரை லேசர் துப்பாக்கிக்கு பலியாக்கிவிட்டு வந்துவிட்டார்கள்."

அப்துல்வாசீம் சிரித்தார்.

"மிக... மிக... நல்ல காரியம். நமக்கு கிடைக்காத ஒன்று வேறு யார்க்குமே கிடைக்கக் கூடாது. புரபசர் தத்தாவை ஆறு மாதங்களுக்கு முன்பே கொன்று இருக்க வேண்டும்."

"முயற்சி செய்தோம்... முடியவில்லை..."

அப்துல்வாசீம் சிகரெட் ஒன்றை பற்ற வைத்துக் கொண்டார்.

"இப்போது நாம் உடனடியாகச் செய்ய வேண்டியது என்ன...?"

"மிர்ஜோன் பள்ளத்தாக்குக்கு தகவல் அனுப்பி நம் தீவிரவாத இயக்கங்களையெல்லாம் வேறு இடத்துக்கு போகச் சொல்ல வேண்டும்."

"அப்புறம்...?"

"நகுல் நம்முடைய ஆள். அவன் இப்போது இந்திய ராணுவச் சிறையில் இருக்கிறான். அவனை எப்படியாவது விடுவித்து நம்மோடு சேர்த்துக் கொள்ள வேண்டும்."

"அது முடிகிற காரியமா?"

"ஏன் முடியாது. என் மீது இந்திய ராணுவ அதிகாரிகளுக்கு நல்ல நம்பிக்கை இருக்கிறது. அந்த நம்பிக்கையை உபயோகப்படுத்திக் கொண்டு நகுலை எப்படியும் வெளியே கொண்டு வந்து விடுவேன்..."

"இந்த ராஜாவர்மாவை என்ன செய்யலாம்?"

"சுட்டுக் கொன்றுவிட வேண்டியதுதான்."

"அந்தக் காரியத்தையும் நீயே செய்து விடு..." சொன்ன அப்துல்வாசீம் தன் இடுப்பில் வைத்திருந்த ரிவால்வரை எடுத்து வீச ரவி அதைக் கீழே விழாமல் ஏந்திக் கொண்டான். பக்கத்து டென்ட்டில் ராஜாவர்மாவின் அலறல் சத்தம் கேட்டுக் கொண்டிருக்க ரிவால்வரோடு நடந்தான் ரவி.

டென்ட்டுக்குள் நுழைந்தான்.

ராஜாவர்மா உடம்பில் துணியில்லாமல் தலைகீழாய் தொங்கிக் கொண்டிருக்க இரண்டு பேர் லாட்டிகளோடு தெரிந்தார்கள்.

14

ரிச்மாண்டி ஹாஸ்பிடல்.

ராஜேந்திரனும் சீமாவும் ஹாஸ்பிடல் போய்ச் சேர்ந்த போது க்ரைம் ப்ராஞ்ச் விஜயகுமார் ஹாஸ்பிடலின் ரிசப்ஷனிலேயே கிடைத்தார்.

"என்ன விஜய்... சோனா... எங்கே...?"

"உள்ளே டாக்டர்ஸ் ட்ரீட்மெண்ட் கொடுத்துகிட்டு இருக்காங்க..."

"சோனா எங்கே போயிருந்தா...? எப்படி ட்ரேஸ் பண்ணீங்க...?"

"ஆந்திரா எல்லையில் ரோட்டோரமா மயக்கமா கிடந்த சோனாவை ஒரு லாரி ட்ரைவர் பார்த்திருக்கார். சோனாவோட போட்டோவைப் பேப்பரில் பல தடவை பார்த்ததால் அடையாளம் தெரிஞ்சுகிட்டு லாரியில் போட்டுக் கொண்டு வந்திருக்கார். சோனா கண் விழிச்சாத்தான் மத்த விவரமெல்லாம் தெரியும்."

"உயிர்க்கு எந்த ஆபத்தும் இல்லையே?"

"நோ... நோ... ஷி ஈஸ் ஆல்ரைட். உடம்பில் ஒரு சின்னக் கீறல் கூட கிடையாது. பசியாலும் களைப்பாலும் ஏற்பட்ட மயக்கம்தான்..." க்ரைம் ப்ராஞ்ச் விஜயகுமார் சொல்லிக் கொண்டிருக்கும் போதே டாக்டர் சபரிராஜன் மைனர் ஆப்ரேஷன் தியேட்டரிலிருந்து வெளிப்பட்டார்.

ராஜேந்திரன் கேட்டார்.

“ஹௌ ஈஸ் ஷி டாக்டர்?”

“ஷி ஈஸ் கெட்டிங் கான்ஷியஸ். நீங்க போய் பேசலாம்...”

மூன்று பேரும் உள்ளே போனார்கள். அந்தப் பெரிய அறையின் மையத்தில் சற்றே உயர்த்திப் போட்ட கட்டிலில் கலங்கிய ஒரு ஓவியம் போல் கிடந்தாள் சோனா. மலர்ந்திருந்த அவளுடைய பெரிய கண்களில் பயம் தெரிந்தது. போலீஸ் யூனிஃபார்மைப் பார்த்ததும் சோனா எழ முயல ராஜேந்திரன் கையமர்த்தினார். “அப்படியே படுத்துக்குங்க மிஸ் சோனா. உங்களை சிரமப்படுத்திக்க வேண்டாம்.”

“நோ இன்ஸ்பெக்டர்! நவ் அயாம் ஆல்ரைட். நான் உங்ககிட்ட நிறைய பேச வேண்டியிருக்கு.”

“சொல்லுங்க...! உங்களைக் கடத்திட்டு போனது யாரு...?”

சோனா படபடவென்று பேச ஆரம்பித்தாள். “மொத்தம் மூணு பேர். அவங்க ஏதோ தீவிரவாத இயக்கத்தைச் சேர்ந்தவங்கன்னு நினைக்கிறேன். இந்தியாவை திட்டிகிட்டு இருந்தாங்க. அடிக்கடி வயர்லஸ்ல யார்கிட்டயோ பேசினாங்க.”

“சரி! உங்களை எதுக்காக கடத்திகிட்டு போனாங்க...?”

“அது... வந்து...” என்று சில விநாடிகள் தயங்கிய சோனா பின்பு மெல்லிய குரலில் சொன்னாள்.

“இப்போ நான் சொல்லப் போகிற விஷயத்தை நீங்க பகிரங்கமா வெளிப்படுத்தக் கூடாது.”

“நீங்க மொதல்ல விஷயத்தை சொல்லுங்க மிஸ் சோனா...!”

“புரபசர் தத்தாகிட்ட இருக்கிற பாடி ரீகேப்சரிங் பயோ டெக்னிகல் ஃபேக்ட்ஸை எப்படியாவது வாங்கணும்ங்கிறது அந்த தீவிரவாதிகளோட நோக்கம். அதுக்காகத்தான்

என்னைக் கடத்தினாங்க. தட்டிக் கேட்ட ட்ரைவரை காரோடு சேர்த்து ரோட்டோர பள்ளத்துல தள்ளிவிட்டாங்க.”

“புரபசர் தத்தாவோட பாடி ரீகேப்சரிங் பயோ டெக்னிகல் ஃபேக்ட்ஸை தீவிரவாதிகள் கேட்கிறதுக்காக உங்களை எதுக்காக கடத்திட்டு போகணும்...? உங்களுக்கும் புரபசர்க்கும் என்ன சம்பந்தம்...?”

“ரத்த சம்பந்தம்.”

“ரத்த சம்பந்தமா...?”

“எஸ்...”

“புரியலையே...”

“நான் அவரோட பொண்ணு...”

“ஈஸிட்...?”

ஆச்சர்யத்தில் அந்த அறை ஒரு அரை நிமிஷ நேரம் தத்தளித்தது. பின் சோனாவே தொடர்ந்தாள்.

“நான் அவரோட பொண்ணுன்னு வெளியே யார்க்கும் தெரியாது. என்னோட அம்மா கல்கத்தாவில் ஒரு ட்ராமா ஆர்ட்டிஸ்ட். இருபது வருஷங்களுக்கு முந்தி புரபசர் தத்தா ஒரு ஆராய்ச்சி சம்பந்தமா கல்கத்தாவுக்கு வந்த போது அம்மாவுக்கும் அவர்க்கும் பழக்கம் ஏற்பட்டு காதலாகி அந்தக் காதல் நெருக்கமான உறவா மாறியதின் விளைவு நான் பிறந்தேன். அப்பா, அம்மாவை முறைப்படி கல்யாணம் பண்ணிக்க விரும்பலை. உறவுகள் வெளியே தெரியாதபடிக்கு ஒரு இருட்டான வாழ்க்கையை வாழ ஆரம்பிச்சார். அதுக்கு வசதியா என்னையும் அம்மாவையும் கல்கத்தாவிலேயே விட்டுட்டு மெட்ராஸுக்கு வந்து இங்கேயே ஆராய்ச்சி அது இதுன்னு சொல்லி தனியா வாழ ஆரம்பிச்சார். அம்மாவும் அப்பாவோட மனப்போக்கை புரிஞ்சுகிட்டு அவர்கிட்ட எந்த உரிமையையும் கொண்டாடாமே ஒரு விரக்தியான வாழ்க்கையை வாழ்ந்துட்டு இறந்து போய்ட்டாங்க. அதுக்கப்புறம் நான் மெட்ராஸ் வந்து அப்பாகிட்ட பேசிப்

பார்த்தேன். அவர் என்னை தன்னோட மகள்னு சொல்லிக்க விரும்பலை. நானும் வற்புறுத்தலை. நான் ஒரு வெளிநாட்டு ப்யூட்டி பார்லரில் ரிசப்னிஷ்ட்டா வேலை பார்த்துகிட்டே ப்யூட்டி கான்டெஸ்ட் பலதில் கலந்துகிட்டேன். பல ஃபேஷன் பேரேடுகளிலும் கலந்துகிட்டேன். உலக அழகிப் போட்டியில் கலந்துக்க இந்தியா சார்பில் நான் அனுப்பப்பட்டேன். கடவுளோட கருணையால் உலக அழகிப் பட்டம் கிடைச்சது. அப்பாவுக்கு போன் பண்ணிச் சொன்னேன். அவர் சந்தோஷப்படலை. ஒரு வாழ்த்து கூட சொல்லாமே ரிஸீவரை வெச்சிட்டார். நான் அவரோட பொண்ணுன்னு தீவிரவாதிகளுக்கு மட்டும் எப்படியோ தெரிஞ்சு என்னை பிணைக் கைதியாய் உபயோகப்படுத்திக்க கடத்திகிட்டு போனாங்க. 'பாடி ரீகேப்சரிங் ரிசர்ச் சம்பந்தப்பட்ட பயோ டெக்னிகல் ஃபேக்ட்ஸை தரலைன்னா உங்க பொண்ணை கொன்னுடுவோம்'ன்னு மிரட்டிப் பார்த்தாங்க. அவர் மசியலை. இந்தப் போராட்டம் நடந்துகிட்டு இருக்கும் போதே மூணு பேர்ல ஒருத்தன் என்கிட்ட தப்பா நடந்துக்கப் பார்த்தான். அதையொட்டி மூணு பேர்க்கும் சண்டை வர அந்த சந்தர்ப்பத்தை பயன்படுத்திகிட்டு நான் ஓடி வந்துட்டேன். அது எந்த ஊரு எந்த ஏரியான்னு தெரியலை. ராத்திரி பூராவும் அந்தக் காட்டுப் பகுதியில் ஓடிவந்து பசியும் களைப்பும் தாங்க முடியாமே ரோட்டோரமா மயங்கி விழுந்துட்டேன். கண் விழிச்சு பார்க்கும் போது லாரியில் இருந்தேன். இப்போ இங்கே இருக்கேன்..."

பொறுமையாய் எல்லாவற்றையும் செவிமடுத்த ராஜேந்திரன் பின் மெல்லிய குரலில் கேட்டார்.

"இந்தியாவுக்கு எதிரா அந்த தீவிரவாதிகள் வயர்லஸ்ஸில் பேசினதா சொன்னீங்க... அப்படி என்ன பேசினாங்க?"

"இந்தியாவையும் இந்திய ராணுவத்தையும் கேவலமா பேசினாங்க. 'ரவி'ங்கிற பேர் அடிக்கடி

அடிபட்டது. ரவியோட கட்டளைக்காக சில சமயங்களில் காத்துக்கிடந்தாங்க.”

ராஜேந்திரன் விஜயகுமாரை ஏறிட்டார். “விஜய்...! இந்த விஷயத்தை உடனடியாய் பரங்கிமலை ராணுவ கண்டோன்மெண்ட்டுக்கு தெரியப்படுத்தணும்.”

“கண்டிப்பா...”

சோனா ராஜேந்திரனின் சர்ட் பாக்கெட்டில் இடம் பிடித்து இருந்த செல்போனைப் பார்த்துவிட்டு கேட்டாள்.

“கொஞ்சம் செல்போன் தர்றீங்களா... எங்கப்பாவுக்கு போன் பண்ணி நான் பத்திரமா இருக்கிற விஷயத்தை சொல்லணும்.”

“அதுக்கு அவசியமில்லை மிஸ் சோனா?”

சோனா முகம் மாறினாள்.

“நீ...நீ... நீங்க என்ன... சொ... சொல்றீங்க?”

தத்தா கொலை செய்யப்பட்ட விஷயத்தை எப்படி சொல்வது என்று சில விநாடிகள் தயங்கிவிட்டு, பின் வேறு வழியில்லாமல் சொல்ல ஆரம்பித்தார் ராஜேந்திரன்.

15

ரவி ரிவால்வரோடு டெண்ட்டுக்குள் நுழைய கையில் லாட்டிகளோடு நின்றிருந்த இரண்டு தீவிரவாதிகள் விலகி நின்று கொண்டார்கள்.

உடம்பில் துணியில்லாமல் தலைகீழாய் தொங்கிக் கொண்டிருந்த ராஜாவர்மாவின் கண்களில் வியப்பும் பயமும் வந்து அப்பிக் கொண்டது. உதடுகளில் ர...வி.... என்ற எழுத்துக்கள் நடுங்கின.

ரவி பத்தடி தொலைவில் வசதியாய் நின்று கொண்டு ரிவால்வரால் ராஜாவர்மாவை குறி பார்த்தான்.

“ஸாரி... ராஜா...! இது என் நண்பர்களோட இடம். இங்கே எதிரி இருக்கக் கூடாது. அடுத்த ஜென்மத்திலாவது பாகிஸ்தானில் வந்து பிற. அல்லது இந்தியாவுக்கு எதிராக துப்பாக்கியைத் தூக்கு.”

ரிவால்வரை உயர்த்தினான். ராஜாவர்மா தலைகீழாய் ஊசலாடிக் கொண்டே கத்தினான்.

“நோ... ரவி... நோ ஓ... ஓ... ஓ...ஓ...!”

“வெரி வெரி ஸாரி ராஜா...” ரிவால்வரை உயர்த்தி ராஜாவர்மாவின் மார்பைக் குறி பார்த்தான். அரை நிமிஷ நேரம் குறி பார்த்து ட்ரிக்கரை சுண்டினான்.

“ட்ட்டுமீல்ல்...”

ரிவால்வர் வாயிலிருந்து புகை மட்டும் வந்தது. தோட்டா பாயவில்லை.

ரவி குழப்பமாய் பிஸ்டலைப் பார்த்து திகைத்துக் கொண்டிருக்க பின்பக்கம் சிரிப்புச் சத்தம் கேட்டது.

ரவி திரும்பிப் பார்க்க இதயத்தில் விரிசல் விட்ட மாதிரி அதிர்ச்சி.

நகுல் நின்றிருந்தான். மார்பின் குறுக்கே கையைக் கட்டிச் சிரித்தான்.

“ந...கு...ல்...நீயா...?”

“நானே...!”

இரண்டடி முன்னால் வந்தான் நகுல். “உன் கையில் இருக்கும் துப்பாக்கிக்கு தோட்டாவை உமிழத் தெரியாது. புகை விட மட்டுமே தெரியும்... இது உன் நண்பர்களின் இடம் கிடையாது. எதிரிகளின் இடம்...”

ரவி குழப்பமாய் சுற்றும் முற்றும் பார்க்க டென்ட்டின் ஒரு பகுதியிலிருந்து திரைச்சீலையைத் தள்ளிக் கொண்டு பார்டர் செக்யூர்டி ஆபீஸர் ரகோத்தம் வெளிப்பட்டார்.

“ஸ... ஸார்...” ரவி திக்கித்துப் போக, அவர் புன்னகையோடு தொடர்ந்தார்.

“ரவி...! நீ நினைத்துக் கொண்டிருப்பது போல் இது பாகிஸ்தான் எல்லை கிடையாது. இந்திய எல்லைக்கு உட்பட்ட இடம். விமானத்தைக் கீழே இறக்கியது பாகிஸ்தான் ஃப்ளைட் கண்ட்ரோல் கிடையாது. இந்தியாவின் ஃப்ளைட் கண்ட்ரோல் டவர்தான். பாகிஸ்தான் அதிகாரியைப் போல் பேசியது இந்த காட்டுப் பகுதி இந்திய எல்லைக்கு உட்பட்ட சஞ்சீவ் காட் ஃபாரஸ்ட். இங்கே இருப்பவர்கள் தீவிரவாதிகள் கிடையாது. இந்திய ராணுவ வீரர்கள். எல்லாவற்றுக்கும் மேலாக உன்னை உதைத்த அப்துல்வாசீம் பாகிஸ்தான் ராணுவ அதிகாரி கிடையாது. நம் இந்திய ராணுவத்தின் ரகசிய பிரிவு மேஜர் பஞ்சாபகேசன், தமிழ்நாட்டுக்காரர். இது பாகிஸ்தானின் ராணுவ முகாம் அல்ல. உன்னையும் உன் பின்னால் இருக்கக்கூடிய

தீவிரவாதக் கும்பல்களையும் வெளிச்சத்துக்கு கொண்டு வர நாங்கள் போட்ட நாடக மேடை இது.”

ரவி தூள் தூளாகிக் கொண்டிருக்க - நகுல் தொடர்ந்தான்.

“உன்னுடைய நடவடிக்கைகளின் மேல் எனக்கு ஆரம்பத்திலிருந்தே சந்தேகம். என் சந்தேகத்தை பார்டர் செக்யூர்டி ஆபீஸர் ரகோத்தமிடம் சொன்ன போது உன்னை வலை விரித்துப் பிடிக்க திட்டம் போட்டார். திட்டத்தின் முதல் கட்டத்தில் என்னை எதிரியாய் உருவாக்கினார் ரகோத்தம். உன் மீது யார்க்கும் எந்த சந்தேகமும் இல்லை என்பதை நீ நம்ப வேண்டும் என்பதற்காக நாங்கள் போட்ட திட்டத்துக்கு பலன் கிடைத்தது. ராஜாவர்மா உன்னோடு கிளம்பியதும் எங்கள் திட்டத்தின் இரண்டாவது கட்டம். உன்னை பின் தொடர்ந்து வந்து இங்கே இந்த ‘சஞ்சீவ் காட்’பகுதியில் அரங்கேறியுள்ளது. உனக்கு இன்னொரு விஷயம் தெரியுமா ரவி...! மிர்ஜோன் பள்ளத்தாக்கில் ஒன்று கூடிய எல்லா தீவிரவாத கும்பல்களையும் எங்கள் இந்திய ராணுவம் வேட்டையாடிவிட்டது. இனி எல்லையோரப் பகுதியில் ஒரு தீவிரவாதி கூட தலை தூக்க முடியாது. அப்படி தலை தூக்கினால் அந்த தலை இருக்காது.”

மேஜர் பஞ்சாபகேசன் கனமான பூட்ஸ் சத்தத்தோடு ரவியை நெருங்கி அவன் தோள் மேல் கையை வைத்தார்.

“இந்த தேசம் அன்புக்கு கட்டுப்பட்ட தேசம். யார் வம்புக்கு வந்தாலும் அது சும்மா இருக்காது. நீயும் சரி... உன் தீவிரவாத இயக்கங்களும் சரி...இந்த இந்திய ராணுவம் என்கிற சிங்கத்துக்கு முன்னால் சுண்டெலிகள் மாதிரி. சுண்டெலிகளோடு போர் புரிய இந்திய ராணுவம் வேண்டியது இல்லை. எங்கள் நாட்டை வல்லரசாக்கும் நல்ல முயற்சியில் நாங்கள் ஈடுபட்டு இருக்கிறோம். குறுக்கே வாலை நீட்டாமல் ஒதுங்கி நில்லுங்கள். இல்லாவிட்டால் வால் இல்லா பல்லிகளாக காலம் பூராவும் வாழ வேண்டியிருக்கும்... எங்கள் இந்தியா பல மதங்களாலும்

மொழிகளாலும் மாறுபட்டு இருப்பது போல் உங்கள் மஞ்சள் காமாலைக் கண்களுக்குத் தெரியலாம். ஆனால் இந்திய எல்லையில் நீ ஒரு பிடி மண்ணைத் தொட்டால் போதும் இந்திய மக்கள் எல்லோரும் ஒரே மதமாக மாறிவிடுவார்கள். அந்த மதத்துக்குப் பெயர் நாட்டுப்பற்று. நீ உண்மையான இந்தியனாக இருக்க வாய்ப்பில்லை. இந்த ஜென்மத்தில் செய்த தப்புக்கு ஒரே ஒரு பிராயச்சித்தம்... அடுத்த ஜென்மத்திலாவது நீ உண்மையான இந்தியனாக பிறப்பதுதான்."

● ● ●

இது பொதுவழி அல்ல!

இந்த கதை 1990 ஆம் ஆண்டு
க்ரைம் நாவல் என்ற இதழில் வெளிவந்தது

1

எப்போதோ நடந்தது

கற்பூரச் சோலை சமஸ்தானம். நடு நிசியைத் தாண்டியிருந்த நேரம். சமஸ்தானத்தின் வெளிபிரகார பிரும்மாண்டமான தூணுக்குப் பின்னால் இரண்டு உருவங்கள் இருட்டின் அடர்த்தியில் கரைந்தபடி - நின்று பேசிக் கொண்டிருந்தன.

“சாமுண்டராயா! நாம் எதிர்பார்த்த விநாடிகள் வந்துவிட்டது. வேட்டைக்குப் போயிருக்கிற ஆனந்த வர்மாராஜா, காலை ஆறு மணிக்கு மேல்தான் காட்டுப் பகுதியிலிருந்து திரும்புவார். அவர் வருவதற்குள் - சாந்தமதியைக் கொன்று... அந்த மஹா ரத்தின ஹாரத்தை கைப்பற்ற வேண்டும்.”

“தாண்டவன்! நீ அவசரப்படுகிறாய். அந்தப்புரத்தின் உள் அறையில் இருக்கும் - சாந்தமதியை நாம் நெருங்குவது அவ்வளவு சுலபமில்லை. காவல் பலமாக இருக்கிறது...”

“அவளை எப்படி நெருங்குவது என்கிற வித்தை எனக்குத் தெரியும். பேசாமல் என்னோடு வா...”

இருவரும் பிரகார இருட்டில் - இடுப்பிலிருந்த பளபளப்பான குத்துவாள்களை உருவிக் கொண்டு நடந்தார்கள்.

இப்போது நடப்பது

டெலிபோன் அலற ஆரம்பிக்க வீட்டுக்கு புறப்பட்டுப் போக தயாராயிருந்த இன்ஸ்பெக்டர் சத்யநாராயணன் - எரிச்சலோடு வந்து ரிஸீவரை எடுத்தார். ஸ்டேஷன் கடிகாரத்தில் மணி 11.30 இரவு. வெளியே மழை தூறிக் கொண்டிருந்தது.

"ஹலோ... போலீஸ் ஸ்டேஷன்...?" ஒரு ஆண் குரல் மூச்சிரைப்போடு கேட்டது.

"எஸ்..."

"ஸார்! ஸ்காலர் தனஞ்செயனுக்கு ஆபத்து... அவரை உடனே காப்பாத்துங்க..."

"ஸ்காலர் தனஞ்செயனா...? யாரது...?"

"ஆர்க்கியாலஜி டிபார்ட்மெண்ட்ல டெப்டி டைரக்டர் ஸார்...! அவரோட உயிருக்கு ஆபத்து. உடனே அவர் வீட்டுக்குப் போங்க ஸார்..."

"பேசறது யாரு...?"

"டொக்..."

மறுமுனையில் ரிஸீவர் குப்புறப்படுத்துக் கொள்ளும் சத்தமும் அதன் பின் 'கொர்' என்ற சத்தமும் கேட்டது.

"ஹலோ... ஹலோ..." டெலிபோன் பட்டனை நான்கைந்து முறை தட்டிவிட்டு - இன்ஸ்பெக்டர் சத்திய நாராயணன் ரிஸீவரைக் கவிழ்த்தார்.

"ரகு..."

லாக்கப் அறைக்குள் - ஒரு லுங்கிப் பேர்வழியை லத்தி சகிதம் விசாரித்துக் கொண்டிருந்த சப்-இன்ஸ்பெக்டர் ரகு வெளியே வந்தார்.

"ஸார்"

"ஆர்க்கியாலஜி டிபார்ட்மெண்ட் டெப்டி டைரக்டர் தனஞ்செயனை உங்களுக்குத் தெரியுமா...?"

“தெரியாது ஸார். பேரையே இப்பத்தான் கேள்விப்படறேன். ஏதாவது கம்ப்ளையிண்ட்டா ஸார்...?”

“ஒரு அனானிமஸ் கால் வந்தது. ஸ்காலர் தனஞ்செயனுக்கு ஆபத்து... அவரை உடனே காப்பாத்துங்க..ன்னு ஒரு ஆண் குரல் கேட்டது. பேசறது யார்ன்னு கேட்டதுமே... ரிஸீவரை வெச்சுட்டாங்க...”

“யாராவது விளையாடலாம்...ஸார்...”

“நோ... நோ... இதை இக்னோர் பண்ண முடியாது... நீங்க ரெண்டு காப்ஸைக் கூட்டிகிட்டு... அவரோட வீட்டுக்குப் போய்ட்டு வந்துடுங்க...”

“அட்ரஸ்... ஸார்...”

“போன்ல பேசின ஆள்... அட்ரஸைச் சொல்லாமே... உடனே ரிஸீவரை வெச்சுட்டான்...”

“அட்ரஸ் தெரியாம... இந்த விஷயத்துல எப்படி ஸார் மூவ் பண்றது...?”

“டெலிபோன் டைரக்டரியை எடுத்து தனஞ்செயன்ங்கிற பேர்ல போன் இருக்கான்னு பாருங்க...”

சப்-இன்ஸ்பெக்டர் ரகு டைரக்டரியைப் புரட்டிப் பார்த்தார். சில விநாடிகளுக்குப் பின் நிமிர்ந்தார். “இல்ல... ஸார்...”

“சென்ட்ரல் கவர்மெண்ட் போர்ஷனை - எடுத்து ஆர்க்கியாலஜி டிபார்ட்மெண்டைப் பாருங்க...”

பார்த்தார்.

“டிபார்ட்மெண்ட்டுக்கு நம்பர் இருக்கு ஸார்...”

“டயல் பண்ணிப்பாருங்க...”

“ஸார்... இந்நேரத்துக்கு...?”

“ட்ரை பண்ணுங்க... யாராவது எடுத்துப் பேசலாம்...” ரகு நெம்பர் பார்த்து டயலைச் சுழற்றினார். மறுமுனையில் ரிங்

போயிற்று. போய்க் கொண்டே இருந்தது. முழுசாய் இரண்டு நிமிஷம் பொறுத்துவிட்டு - ரகு உதட்டைப் பிதுக்கினார்.

"நோ... ரெஸ்பான்ஸ் ஸார்"

"டைரக்டரியில் இருக்கிற டிபார்ட்மெண்ட் அட்ரஸ் என்ன...?"

"நெம்பர் 545, கௌலி ப்ரௌன் ரோடு..."

"நேர்ல போயிடுங்க ரகு...! எப்படியும் டிபார்ட்மெண்ட் காம்பௌண்ட் கேட்ல வாட்ச்மேன் இருப்பான். அவன்கிட்டே தனஞ்செயனோட அட்ரஸை கேளுங்க... அவனுக்கு தெரிஞ்சிருக்கலாம்..."

"எஸ்... ஸார்..."

சப்-இன்ஸ்பெக்டர் ரகு, இரண்டு கான்ஸ்டபிள்களோடு கிளம்பினார். இன்ஸ்பெக்டர் சத்யநாராயணன் சொன்னார்.

"இஃப் எனிதிங்க் இம்பார்ட்டெண்ட்... என் வீட்டுக்கு 'ரிங்' குடுங்க. நான் ஸ்பாட்டுக்கு வர்றேன்..."

பெய்து கொண்டிருந்த மழையில் - ஜீப் கிளம்பியது.

மோன நிலையிலிருந்த ரோடுகளில் - ஜீப் ஓடி - கௌலி ப்ரௌன் ரோட்டில் இருந்த - ஆர்க்கியாலஜி டிபார்ட்மெண்டின் கருங்கல் கட்டிட காம்பௌண்ட் கேட்டுக்கு முன்னால் நின்றது. வைப்பர்கள் மழை நீரை வழித்துப் போட்டுக் கொண்டிருந்தது.

எஞ்சின் உதறிக் கொண்டிருக்க –

ரகு கீழே இறங்கினார்.

ஹெட்லைட் வெளிச்சத்தில் - காம்பௌண்டின் உட்புறம் வெளிச்சமாய்த் தெரிய அந்த வாட்ச்மேன் கிழவன் ஓடி வந்தான். கையில் டார்ச்.

"ஸார்..."

ரகு கேட்டார்.

"உம் பேரென்ன...?"

"முனுசாமிங்க..."

"கட்டிடத்துக்குள்ளே வேற யாராவது இருக்காங்களா?"

"இல்லீங்க..."

"டிபார்ட்மெண்ட்டோட டெபுடி டைரக்டர் தனஞ்செயனோட வீடு எங்கேயிருக்கு தெரியுமா...?"

"தெரியுமுங்க..."

"எங்கே...?"

"சர்க்யூட் ஹவுஸ் ரோட்ல அஞ்சாவது குறுக்கு தெருங்க. பதினாலாம் நெம்பர் பங்களா..."

"வீட்ல யார் யார் இருக்காங்க...?"

"அவரும்... அவரோட பொண்ணு மட்டுந்தாங்க...! சம்சாரம் எப்பவோ தவறிட்டாங்க."

சப்-இன்ஸ்பெக்டர் ரகு ஜீப்புக்கு வந்தார். டிரைவரிடம் விபரம் சொல்லிவிட்டு ஜீப்புக்குள் தாவினார். டிரைவர் விரட்டினார். பெய்து கொண்டிருந்த மழை ரோடுகளில் நீரை நிரப்பியிருக்க - ஜீப் அதை இறைத்துக் கொண்டு பறந்தது.

"ஆறுமுகம்..."

ரகுவின் குரல் கேட்டு - கான்ஸ்டபிள் திரும்பினார்.

"ஸார்..."

"வந்த போன் கால் நிஜமாயிருக்கும்ன்னு நம்பறியா?"

"ஸ்டேஷனை விட்டு புறப்படும் போதே எனக்கு நம்பிக்கையில்லை ஸார்..."

"எப்படி சொல்றே...?"

"இன்னிக்கு சிட்டியில் இருக்கக்கூடிய எல்லா லாட்ஜ்களுக்கும் ரெய்ட் போக வேண்டிய நாள் ஸார்... எவனாவது லாட்ஜ்காரன் நம்ம கவனத்தை திசை

திருப்பறதுக்காக - இப்படி போன் பண்ணியிருப்பாங்கன்னு நினைக்கிறேன்...”

இன்னொரு கான்ஸ்டபிள் தலையாட்டினார். “எனக்கும் அதே டவுட்தான் ஸார்...”

“சிகரெட் வெச்சுருக்கியா...”

“என்னோட பிராண்ட்தான் ஸார் இருக்கு...”

“குடு... பரவாயில்லை...! இந்த மழை வேற ஒரு மணி நேரமா நசநசன்னு பெய்ஞ்சுட்டு இருக்கு...”

ஜீப் ப்ரூக் பாண்ட் ரோட்டில் ஓடி - மேம்பாலம் ஏறி - அவினாசி ரோட்டில் பிரவேசித்து - சர்க்யூட் ஹவுஸ் பகுதிக்குள் நுழைந்தது.

டிரைவர் கேட்டார்:

“அஞ்சாவது குறுக்குத் தெருவா ஸார்?”

“ஆமா...! பங்களா நெம்பர் பதினாலு...”

ஜீப் ஈரமான ரோட்டில் நீளமாய் ஓடி - ஐந்தாவது குறுக்குத் தெருவுக்குள் - நுழைந்து - சிப்ரஸ் மரங்கள் சூழ்ந்த - பதினாலாம் நெம்பர் பங்களா முன்பு நின்றது.

ரகு கையிலிருந்த சிகரெட்டை - மழை நீரில் எறிந்துவிட்டு - கான்ஸ்டபிள்களோடு இறங்கி காம்பௌண்ட் கேட்டை நோக்கிப் போனார். கேட்டில் சிறிய பித்தளை போர்டு தெரிந்தது. ரகு உற்றுப் பார்த்தார். ‘எம். எஸ்.தனஞ்செயன், டெப்டி டைரக்டர் ஆஃப் ஆர்க்கியாலஜி டிபார்ட்மெண்ட், சென்ட்ரல் கவர்ன்மெண்ட்’ என்கிற வாசகம் போர்டில் ‘என்க்ரேவ்’ செய்யப்பட்டிருந்தது.

“ஸார்...! கேட் வெறுமனே சாத்தியிருக்கு.”

“பங்களாவுக்கு முன்னாடி லைட் எரியுதா பாரு...”

“இல்ல ஸார்...”

கேட்டைத் திறந்து கொண்டு உள்ளே போனார்கள். குரோட்டன்களும், ரோஜா தொட்டிகளும் - லானைச்

சுற்றிலும் வரிசையாய் உட்கார்ந்திருக்க - போர்டிகோவில் ஒரு ஃபியட் நின்றிருந்தது.

"ஆறுமுகம்! நாய் ஏதாவது இருக்கான்னு பாரு..."

"இல்ல போலிருக்கு ஸார்... இருந்தா இந்நேரம்... குறைச்சிருக்கணுமே...?"

போர்டிகோவுக்குள் நுழைந்து - வாசற்படி ஏறி - காலிங்பெல்லுக்கு வேலை கொடுத்தார் ரகு.

அது உள்ளே வீறிட்டது.

சில வினாடிகளுக்குப் பின் - போர்டிகோ கூரையிலிருந்த ஒன்றரை அடி டியூப் லைட் எரிய - கதவு திறந்தது.

நைட்கவுனில் - ஆறடி உயரத்தில் ஆஜானுபாகுவாய் - அந்த மனிதர் நின்றிருந்தார். கண்களில் தூக்க கலக்கம் தெரிந்தது.

"மிஸ்டர் தனஞ்செயன்...?"

"எஸ்... மை செல்ப்..."

"உங்களுக்கு மிரட்டற மாதிரி ஏதாவது போன் கால்?"

அவர் புருவங்களை உயர்த்தினார். "அப்படி ஏதும் வரலையே...? எனிதிங் ராங்...?"

"எஸ்..."

"ப்ளீஸ் கம்மின்"

அவர் ரகுவையும் கான்ஸ்டபிள்களையும் அழைத்துக் கொண்டு உள்ளே போய் - வரவேற்பறையில் இருந்த குஷன் நாற்காலிகளைக் காட்டினார். ரகு உட்கார்ந்ததும் மறுபடியும் கேட்டார் அவர்.

"எனிதிங் ராங்க்...?"

"எஸ்... ஸார்! அரைமணி நேரத்துக்கு முந்தி எங்க போலீஸ் ஸ்டேஷனுக்கு ஒரு அனானிமஸ் கால் வந்தது. பேசின நபர் 'நீங்க ஏதோ ஆபத்துல இருக்கிறதாகவும்,

உங்களைக் காப்பாத்தும்'படியும் சொல்லிட்டு ரிஸீவரை வெச்சுட்டான்."

"ஈஸிட்...?"

அவர் நெற்றியைத் தேய்த்துக் கொண்டு ஆச்சர்யப்பட்டார்.

"உங்களுக்கு விரோதிகள் யாராவது இருக்காங்களா ஸார்?"

"அப்படி யாரும் எனக்கில்லையே...?"

"பின்னே எதுக்காக அந்த மாதிரியான போன் கால் வரணும்?"

"யாரோ விளையாட்டுக்காக போன் பண்ணியிருக்காங்கன்னு நினைக்கிறேன்..."

"இந்த வீட்ல... யார் யார் இருக்கீங்க...?"

"நானும் என்னோட டாட்டர் சௌந்தரியும்தான். சௌந்திரி காலேஜ்ல ஏதோ டூர் புரோக்ரோம்ன்னு சொல்லி - நந்தி ஹில்ஸுக்கு போயிருக்கா... அநேகமா இன்னிக்கு ராத்திரி அவ திரும்பலாம்..."

"இப்ப... நீங்க வீட்ல தனியாத்தான் இருக்கீங்க...?"

"ஆமா...!"

"வேலையாட்கள்...?"

"சமையலையும் வீட்டு வேலைகளையும் கவனிக்க ஒரு அம்மா இருக்காங்க. காலையில ஆறு மணிக்கு வந்துட்டு ராத்திரி எட்டு மணிக்கு திரும்பிப் போயிடுவாங்க."

"வாட்ச்மேன்...?"

"இந்த வீட்டுக்கு வாட்ச்மேன் இல்லை."

"இங்கே... போன் இருக்கா...?"

"இருக்கே...!"

"டெலிபோன் டைரக்டரியில் பார்த்தேன். உங்க பேரே இல்லையே?"

“என்னோட டாட்டர் சௌந்திரி பேர்லதான்... டெலிபோன் இருக்கு”

“நான் இங்கிருந்து போன் பண்ணிக்கலாமா?”

“வித் பிளஷர்...! வாங்க...” உள் அறைக்கு அழைத்துப் போனார் அவர். சுவரோரமாய் போடப்பட்டிருந்த மேஜையின் மேல் கோர் மாடல் டெலிபோன் பிஸ்கெட் நிறத்தில் தெரிந்தது.

“லோக்கலா...? எஸ்.டி.டியா...?”

“லோக்கல்தான்” சொன்ன ரகு ரிஸீவரை எடுத்துக் கொண்டு பட்டன்களைத் தட்டினார். மறுமுனையில் ரிங் போய் - இன்ஸ்பெக்டர் சத்தியநாராயணன் ரிஸீவரை எடுத்து குரல் கொடுத்தார்.

“ஹலோ...”

“ஸார்... நான் ரகு...”

“சொல்லுங்க...”

“மிஸ்டர் தனஞ்செயனுக்கு எந்த ஆபத்தும் இல்லை...! இப்போ அவர் வீட்ல இருந்துதான் பேசிக்கிட்டிருக்கேன்...”

“நமக்கு வந்த போன் காலைப் பத்தி அவர்கிட்டே சொன்னீங்களா?”

“சொன்னேன். யாராவது விளையாட்டுக்காக போன் பண்ணியிருக்கலாம்ன்னு சொன்னார்...”

“நீங்க என்ன நினைக்கறீங்க...?”

“என்னோட கணிப்பும் அதான் ஸார்... நம்ம ‘ரொட்டீன் ரைய்ட் ப்ரோக்ராமை...’ திசை திருப்பறதுக்காக யாரோ பண்ணின போன்கால் அது...”

“சரி... எதுக்கும் மிஸ்டர் தனஞ்செயன்கிட்டே போலீஸ் பாதுகாப்பு வேணுமான்னு கேட்டுட்டு - ஸ்டேஷனுக்கு வந்துடுங்க...”

"எஸ் ஸார்..." ரிஸீவரை வைத்த சப் இன்ஸ்பெக்டர் ரகு, தனஞ்செயனை ஏறிட்டார்.

"உங்களுக்கு செக்யூரிடி வேண்டியிருக்குமா ஸார்?"

"நோ... நோ... எனக்கு எந்த செக்யூரிடியும் வேண்டாம். என்கிட்டே லைசென்ஸ்ட் ரிவால்வர் இருக்கு... எந்த ஆபத்து வந்தாலும், அதை என்னால சமாளிக்க முடியும். மோர் ஓவர்... நீங்க நினைக்கிற மாதிரி... எனக்கு எந்த விரோதியும் கிடையாது..."

"ஏதாவது உதவி தேவைப்பட்டா... அவசர போலீஸுக்கு ரிங் கொடுங்க ஸார்... கான்ஸ்டபிள்ஸ் இம்மீடியட்டா வருவாங்க..."

"தேங்க் யூ..."

ரகுவும் கான்ஸ்டபிள்களும் - அவரிடம் விடை பெற்றுக் கொண்டு தூறிக் கொண்டிருந்த மழையில் ஜீப்பை நோக்கிப் போனார்கள்.

ஜீப் புறப்பட்டு போகும் வரையில் - போர்டிகோ வாசற்படியில் காத்திருந்தவர் உள்ளே நுழைந்து - கதவைத் தாளிட்டுக் கொண்டார்.

பின் மாடிப்படிகளில் வேகமாய் ஏறி - தென்பட்ட முதல் அறைக்குள் நுழைந்தார்.

"பாதுஷா"

"ஸார்..." கட்டிலுக்கு கீழே இருந்து குரல் வந்தது.

"வெளியே வா..."

"போலீஸ் போயிட்டாங்களா ஸார்?"

"போயிட்டாங்க..."

அந்த பாதுஷா நான்கு கால்களால் தவழ்ந்து ஓர் நாயைப் போல் வெளியே வந்தான். ஒடிசலான உடம்பு. எலும்பு தட்டிய முகம். சமீபத்திய மொட்டைத் தலை. அழுக்கான நீல நிறத்தில் பேகி சட்டையும், அந்த நிறத்தில் ஸ்டோன்வாஷ் பேண்ட்டும் அணிந்திருந்தான்.

"நீங்கதான் 'தனஞ்செயன்'னு நம்பிட்டாங்களா ஸார்...?"

"நம்பிட்டாங்க."

"எனக்கு திக் திக்ன்னு இருந்தது ஸார்."

"சரி... நம்ம ஆளை இழுத்து வெளியே போடு..."

பாதுஷா, கட்டிலுக்கு கீழே குனிந்து - நீட்டிக் கொண்டிருந்த இரண்டு கால்களைப் பிடித்து வெளியே இழுத்தான்.

மார்பிலும், முகத்திலும் வரிவரியாய் ரத்தக் காயங்கள் தெரிய அரை மயக்க நிலையில் - ஆர்க்கியாலஜி டிபார்ட்மெண்டின் டெப்டி டைரக்டர் தனஞ்செயன் கட்டிலுக்கு கீழே இருந்து வெளிப்பட்டார்.

2

எப்போதோ நடந்தது

பளபளக்கும் குத்துவாள்களோடு சாமுண்டராயனும், தாண்டவனும் வெளிப் பிரகார இருட்டில் - தூண்களுக்குப் பின்னால் பதுங்கி நடந்து - சமஸ்தானத்தின் அந்தப்புர பகுதிக்கு வந்தார்கள். காவலாளிகள் குத்தீட்டிகளோடு - அந்தப்புற நுழைவாயிலில் - நின்றிருந்ததைப் பார்த்ததும் அப்படியே இருட்டில் மண்டியிட்டு உட்கார்ந்தார்கள்.

“எதிர்பார்த்ததை விட காவல் அதிகம்...”

“நான் ஆரம்பத்திலேயே என்ன சொன்னேன்?”

“இந்த காவலெல்லாம்... சாந்தமதியின் கழுத்தில் இருக்கும் மஹா ரத்தின ஹாரத்துக்காகத்தான்...”

“ஆனந்தவர்மராஜா லேசுபட்ட ஆளில்லை... தன் மனைவியின் கழுத்தில் இருக்கும் ஹாரத்தை - எவராவது பறித்துக் கொண்டு போய்விடலாம் என்ற அச்சத்தின் காரணமாகத்தான் இந்தக் காவல்...”

“இப்போது என்ன செய்யலாம்...?”

“என்னோடு... வா...” இருவரும் எழுந்தார்கள்.

அதே விநாடி -

அவர்களுக்குப் பின்னால் - ‘சிலுங்... சிலுங்...’கென்று கால் சலங்கைகளின் சத்தம் கேட்டது.

இப்போது நடப்பது

அந்த எக்ஸ்பிரஸ் ட்ரெயின் கோவை ரெயில்வே ஸ்டேஷனின் இரண்டாவது பிளாட்பாரத்திற்குள் - தடதடவென்று நுழைந்து - நிசப்தமாகி நின்றபோது - இரவு 12.20 மணி. ‘ஸ்டூடண்ட்ஸ் ஒன்லி’ என்று சாக்பீஸால் எழுதப்பட்ட கம்பார்ட்மெண்டிலிருந்து - மாணவிகள் தூக்கம் கெட்ட கண்களோடு - சூட்கேஸ்களை சுமந்து கொண்டு இறங்கினார்கள்.

“ஏய்... செளந்தரி... உனக்கு கார் வந்திருக்குமா?”

“நான் எந்த ட்ரெய்ன்ல வர்றேன்னு அப்பாவுக்கு தெரியாதே. தெரிஞ்சிருந்தா கண்டிப்பா வந்திருப்பார்.”

“உனக்கு கார் வந்திருந்தா, அதிலேயே தொத்திக்கலாம்னு நினைச்சேன்... இப்ப ஆட்டோதானா...?”

“பசி வயித்தைக் கிள்ளுது... ஏதாவது ஒரு ஹோட்டல்ல பூந்து - செமத்தியா வெட்டிட்டு போலாமா...?”

“வேண்டாண்டி... மொதல்ல வீடு போய்ச் சேர்வோம்...” வெறிச்சோடிக் கிடந்த ஸ்டேஷன் பிளாட்பாரத்தில் நாணயங்களை இறைத்த சைஸில் பேசிக் கொண்டே நடந்தார்கள். அந்தப் பெண்களுக்கு மத்தியில் செளந்தரி தனியாய் - எடுப்பாய் - ப்ளோரெஸண்ட் கோட்டில் அடித்த மாதிரி தெரிந்தாள். சல்வார் கம்மீஸுக்குள் நுழைந்திருக்கும் அவளை இந்த நிமிஷம் புதுக்கவிதை - ஆசாமிகள் பார்த்தால், இப்படியொரு கவிதை எழுதுவார்கள்.

சல்வார் கம்மீஸுக்குள்
ஒரு சந்தனச் சிலை.
இல்லை இல்லை – குளிரான
ஒரு சந்தனச் சோலை.

அரட்டையும் சிரிப்புமாய் தோழிகளோடு எக்ஸிட் கேட்டை நோக்கி நடந்து கொண்டிருந்த செளந்தரி அந்த

பொதுத் தொலைபேசியைப் பாத்ததும் சட்டென்று நின்றாள்.

"என்னடி நின்னுட்டே?"

"எங்கப்பாவுக்கு ஒரு போன் பண்ணினா என்ன...? பாவம்! நான் எத்தனை மணிக்கு வர்றேன்னு தெரியாம... தூங்காம முழிச்சிகிட்டு இருந்தாலும் இருப்பார்..."

"சரி... பண்ணு..." சுவரில் பொருத்தியிருந்த டெலிபோனை நெருங்கி - ரிஸீவரை எடுத்துக் கொண்டு டயலைச் சுற்றினாள்.

மறுமுனையில் உற்சாகமாய் ரிங் போயிற்று. நான்கைந்து 'ரிங்' போன பிறகு ரிஸீவர் எடுக்கப்பட்டது. "ஹலோ"

கையில் வைத்திருந்த நாணயத்தைப் போட்டாள். லைன் உயிர்ப்புக்கு வந்ததும் பேசினாள் "அப்பா! நான் சௌந்தரி பேசறேன்..."

"நான் உன் அப்பா இல்லேம்மா..."

"நீ... நீங்க யார் பேசறது...?"

"நான் உன் அப்பாவோட டிபார்ட்மெண்ட் கொலீக்...! நீ எங்கிருந்தம்மா பேசற...! நந்தி ஹில்ஸிலிருந்தா...?"

"இல்ல ஸார்... நம்ம ஊர் ரயில்வே ஸ்டேஷனிலிருந்து"

"டூர் முடிந்து வந்தாச்சா...?"

"இப்பத்தான் வந்தேன்... அப்பா பக்கத்துல இருந்தா ரிஸீவரை குடுங்க சார்...!"

"அவர் தூங்கிட்டிருக்காரம்மா... பனிரெண்டு மணி வரைக்கும் ரிசர்ச் ஒர்க் பார்த்துட்டு - ஒரு தூக்க மாத்திரையை போட்டுகிட்டு படுத்துகிட்டார். அவரை எழுப்ப முடியாது போலிருக்கே...?"

"வேண்டாம் சார்! அப்பா தூங்கிட்டிருந்தா எழுப்ப வேண்டாம். பை... த...பை நீங்க அப்பாவுக்கு

டிபார்ட்மெண்ட் கொலீக்ன்னு சொன்னீங்க...? உங்க பேரை நான் தெரிஞ்சுக்கலாமா...?"

"தாராளமா தெரிஞ்சுக்கலாமே...! என் பேர் ஞானசூரிய பகவான். கவர்மெண்ட் ஆர்க்கியாலஜி டிபார்ட்மெண்ட்ல நானும் உங்கப்பாவும் ஒண்ணா வேலை பார்த்தோம்... ஹனமகொண்டா கேவ்ஸ்ல - புதைஞ்சிருந்த சிற்பங்களை - கண்டுபிடிச்சுதல... எனக்கும் உங்கப்பாவுக்கும் பெரிய பங்கே இருக்கு..."

"இப்ப... நான் வீட்டுக்கு வந்திட்டிருக்கேன் சார்"

"வாம்மா..." சொன்னவர் சிரிப்போடு தொடர்ந்தார்.

"எனக்கு தூக்கம் வராம... ரிசர்ச் பேப்பர்ஸை படிச்சுகிட்டு உட்கார்ந்திருக்கேன். தூங்கப் போறதுக்கு முன்னாடி கூட உன்னைப் பத்தித்தான் பேசிகிட்டிருந்தார்..."

"இப்ப வந்துடுறேன் சார்"

"வாம்மா..."

ரிஸீவரை தொங்கவிட்டு தலையில் நோகாமல் அடித்துக் கொண்டாள்... சௌந்தரி.

"ஏண்டி தலையில அடிச்சுக்கிறே...?"

"யாரோ... ஞானசூரிய பகவானாம்... அப்பாவோட டிபார்ட்மெண்ட் கொலீக்காம்... வீட்ல உட்கார்ந்துகிட்டிருக்கார்."

"உங்கப்பா...?"

"தூக்க மாத்திரையை போட்டுகிட்டு தூங்கிட்டாராம்..."

ஸ்டேஷனைவிட்டு எல்லோரும் வெளியே வந்தார்கள். வரிசையாய் காத்திருந்த ஒவ்வொரு ஆட்டோவிலும் மாணவிகள் மளமளவென்று ஏறிக் கொண்டு புறப்பட சௌந்தரியும் ஒரு ஆட்டோவை அமர்த்திக் கொண்டாள்.

"ஹாய்! நாளைக்கு காலேஜ்ல பார்ப்போம்"

“ஓ... கே...”

ஆட்டோ புறப்பட்டது.

‘ஞானசூரிய பகவான்! அப்பாவுக்கு இப்படியொரு டிபார்ட்மெண்ட் கொலீக்கா...? ஒரு நாள் கூட அவர் அந்தப் பெயரைச் சொன்னதில்லையே...?’

ஆட்டோ பயணம் யோசனையில் கழிய –

சர்க்யூட் ஹவுஸ் ரோடு சீக்கிரமே வந்தது. ரோடு இருட்டில் இருந்தது.

“எந்த வீடும்மா...?”

“அதோ... அந்த பங்களாதான்... ஏன் ரோடெல்லாம் இருட்டா இருக்கு...?”

“பனிரெண்டு மணி வரைக்கும் சரியான மழைம்மா! சிட்டியில் பல பக்கம் கரண்ட் போயிருச்சு...”

ஆட்டோ நின்றது.

சௌந்தரி டிரைவர் கேட்ட பணத்தைக் கொடுத்துவிட்டு - சூட்கேஸோடு இறங்கி உள்ளே போனாள். பங்களா நல்ல இருட்டில் இருந்தது.

தரை, காலுக்கு கீழே சொதசொதத்தது. வழுக்கி விடாமல் இருப்பதற்காக - சூட்கேஸை உயர்த்திக் கொண்டு மெதுவாய் நடந்தவள் - சட்டென்று நின்றாள்.

‘டாமி ஏன் குரைக்கவில்லை?’

3

எப்போதோ நடந்தது

'சிலுங் சிலுங்'கென்று சத்தம் கேட்டதும் சாமுண்டராயனும் தாண்டவனும் திடுக்கிட்டு திரும்பிப் பார்த்தார்கள்.

யாருமில்லை.

வெளிப்பிரகாரமும் அதன் தூண்களும் மட்டுமே அந்த இருட்டில் பரந்து தெரிந்தன. சாமுண்டராயன் கிசுகிசுப்பாய் கேட்டான்.

"தாண்டவா! உன் காதுக்கு சலங்கை சத்தம் கேட்டதா...?"

"நன்றாகவே கேட்டது..."

"திரும்பிப் பார்த்தால் யாரையும் காணோமே?"

"ஒரு வேளை அந்தப்புர பெண்களில் யாராவது பிரகாரத்தில் நடந்து சென்றிருக்கலாமில்லையா...?"

"அப்படி நடந்து சென்றிருந்தால் - சத்தம் தொடர்ந்து கேட்டிருக்க வேண்டுமே...? நாம் நின்று திரும்பிப் பார்த்ததுமே அந்த சலங்கை சத்தம் ஏன் நின்று போக வேண்டும்...?"

"ஒரு யோசனை..."

"என்ன...?"

"மறுபடியும் நாம் நடந்து பார்ப்போம். அந்த சலங்கை சத்தம் கேட்டால்... யாரென்று கண்டுபிடிப்போம்."

நடந்தார்கள்.

இரண்டடி எடுத்து வைத்திருப்பார்கள்.

"சிலுங்... சிலுங்..."

இருட்டில் சலங்கையின் சத்தம் கேட்டது.

இப்போது நடப்பது

டாமி குறைக்காதது செளந்தரிக்கு ஆச்சரியமாய் இருந்தது. வெளியே போய்விட்டு எந்த நேரத்தில் வீட்டுக்குத் திரும்பி காம்பெளண்ட் கேட்டின் மேல் கையை வைத்தாலும், பிரியமாய் குரலெடுத்து குரைத்துக் கொண்டே டாமி ஓடி வந்து மேலே தாவுவது வழக்கம்.

'டாமிக்கு உடம்பு சரியில்லையா...?'

'அல்லது அசந்துபோய் தூங்குகிறதோ...?'

'இருக்காதே! டாமி விடிய விடிய பங்களாவின் முன்பக்கமும் பின்பக்கமும் அலைந்து கொண்டுதானே இருக்கும்...'

'டாமிக்கு என்னாயிருக்கும்?'

"ஏம்மா அங்கேயே நின்னுட்டே...?" - போர்டிகோவின் படிகளில் யாரோ நின்று கொண்டு குரல் கொடுப்பது செளந்தரிக்கு தெரிந்தது.

மெல்ல நடந்து போர்டிகோவை நெருங்கினாள். உயரமாய் - மின்னும் வழுக்கைத் தலையோடு அவர் எதிர்கொண்டார்.

"நான்தாம்மா ஞானசூரிய பகவான்... உங்கப்பாவோட தோஸ்த்...! ஏம்மா வர வழிலே நின்னுட்டே...?"

'ஒ...ஒண்ணுமில்லை..." சொல்லிக் கொண்டே அவரை நெருங்கினாள்.

"டூர் எப்படீம்மா இருந்தது...?"

“ஃபைன்...”

“வெறும் நந்தி ஹில் மட்டும்தானா...?”

“ஆமா...”

உள்ளே போனார்கள்.

டீபாயின் மேல் இரண்டங்குல உயரத்தில் ஒரு மெழுகுவர்த்தி எரிந்து ஹாலுக்குள் வெளிச்சத்தை தூவியிருந்தது.

“சாப்பிட்டியாம்மா...?”

“ம்...?”

“மாடி ரூம்ல அப்பா... இருக்கார். போய் பார்த்துட்டு வாம்மா. எழுப்ப முடிஞ்சா, எழுப்பி பேசிட்டு வாம்மா...”

சௌந்தரி சூட்கேஸை சுவரோரமாய் வைத்துவிட்டு மாடிப்படிகளில் ஏறினாள். இருட்டில் தடுமாற்றமாய் உயர்ந்து வராந்தா இருட்டில் நடந்து எதிர்பட்ட முதல் அறைக்குள் நுழைந்தாள்.

அங்கேயும் ஒரு மெழுகுவர்த்தி, சுடரை அசைத்துக் கொண்டிருந்தது. கட்டிலில் குப்புறப்படுத்திருந்த தனஞ்செயன் இருட்டில் ஒரு அவுட்லைன் மாதிரி தெரிந்தார்.

“அப்பா...”

நெருங்கினாள்.

மறுபடியும் ஒரு ‘அப்பா’வை உதிர்த்துக் கொண்டு கட்டிலை வெகுவாய் நெருங்கி தனஞ்செயனின் முகத்தைப் பார்த்தவள் அதிர்ந்தாள்.

நாசித் துவாரங்களிலும் கடைவாயிலும் ரத்தக்கோடு உறைந்து போய் தெரிந்தது.

“என்னம்மா... அப்பாகிட்டே பேசிட்டியா?”

கதவருகே குரல் கேட்டு நிமிர்ந்தாள்.

ஞானசூரிய பகவான் கடைவாய் வரைக்கும் சிரித்துக் கொண்டு நின்றிருந்தார். அருகில் அதே டிட்டோ சிரிப்போடு பாதுஷா.

"உன்னோட அப்பன் இன்னும் செத்துப் போகலை சௌந்தரி. உடம்புல இன்னும் இருபத்தஞ்சி சதவீத உயிர் ஒட்டிகிட்டிருக்கு... நாங்க நினைச்சா அந்த உயிரை இந்த நிமிஷமே வெட்டவும் முடியும்..."

சௌந்தரி ஆவேசமானாள்.

"யார் நீங்க...? உங்களுக்கு என்ன வேணும்? எதுக்காக எங்கப்பாவை இப்படி காயப்படுத்தியிருக்கீங்க...?"

"உன்னோட முதல் கேள்விக்கு நான் பதில் சொல்றேன்... என் பேர் பகவான். இவன் பேரு பாதுஷா... நான் தமிழ்நாட்டில இருக்குற பழம்பெரும் கோயில்களை ஆராய்ச்சி பண்ற ஒரு ஆராய்ச்சியாளன். இவன் மகாபலிபுரத்துல ஒரு கைடு..."

பாதுஷா குறுக்கிட்டான்:

"ரெண்டாவது கேள்விக்கு நான் பதில் சொல்றேன். எங்களுக்கு வேண்டியது ஒரு ஓலைச்சுவடி... போன நூற்றாண்டில் எழுதப்பட்ட ஒரு ஓலைச்சுவடி..."

"மூணாவது கேள்விக்கு என்னோட பதில். அந்த ஓலைச்சுவடி எங்களுக்கு வேணும்... உங்கப்பனுக்கு உயிரைக் காட்டிலும் அந்த ஓலைச்சுவடிதான் பெரிசு போலிருக்கு... ரத்தம் வர்ற வரைக்கும் அடிச்சு பார்த்துட்டோம்... ஆள் வாயைத் திறக்கலை... வீடு பூராவும் தேடியும்... பார்த்துட்டோம்... உங்கப்பன் அதை எங்கே மறைச்சு வெச்சுருக்கான்னு தெரியலை... ஆளோட மூச்சை ஒரேயடியா நிறுத்திட்டு - புறப்பட்டு போலாம்னு நினைச்சிட்டிருக்கும் போது... உன்னோட போன் வந்தது. ஆண்டவனுக்கு நன்றி சொல்லிட்டு உனக்காக காத்திட்டிருந்தோம்... அந்த ஓலைச்சுவடியைப் பத்தி உனக்கு ஏதாவது தெரியுமாம்மா...?"

"தெரி...யாது..."

"பிடிவாதம் பிடிச்ச உங்கப்பனுக்கு என்ன கதின்னு கண்ணால ஒரு தடவை பாத்துக்க... அதுக்கப்புறம் எங்க கேள்விகளுக்கு பதில் சொல்லு..."

“எ...எனக்கு எதுவும் தெரியாது...!”

“பொறும்மா... அவசரப்படாதே...நீ எத்தனாம் தேதி டூர் போனே...?”

“ஏழாந் தேதி...”

“அஞ்சாம் தேதி ராத்திரி பத்து மணிக்கு நீ வீட்லதானே இருந்தே?”

“ஆ... ஆமா...”

“அஞ்சாம் தேதி ராத்திரி பத்து மணி சுமார்க்கு... நீலகிரி மாவட்டம் கோக்கலை கிராமத்திலிருந்து சிக்கப்பான்னு ஒரு தொண்டு கிழவன்... ஒருத்தன்... உங்கப்பாவை பார்த்தானா... இல்லையா...?”

“எ...எனக்குத் தெரியாது...”

“வீட்ல இருந்த உனக்கு... அந்தக் கிழவன் வந்துட்டு போனது... எப்படி தெரியாம போகும்?”

“.................”

சௌந்தரி மௌனம் சாதிக்க... பகவான் உறுமினார். “ம்... சொல்லு... எப்படி தெரியாம போகும்?”

“அ...அப்பாவை பா...பார்க்க யா...யார் யாரோ வருவாங்க... அ...அதையெல்லாம் நான் கண்டுக்கறதில்லை...”

“மறுபடியும் பொய்...! பாதுஷா...!”

“சார்...”

“காரியத்தை முடி...”

அவன் தலையாட்டிக் கொண்டே கையில் வைத்திருந்த தோல் பையின் ஜிப்பை பிரித்தான்.

4

எப்போதோ நடந்தது

சாமுண்டராயனும் தாண்டவனும் வியர்த்து வழிகிற முகங்களோடு ஒருத்தரையொருத்தர் பார்த்துக் கொண்டார்கள்.

"தாண்டவா...?"

"ம்..."

"நிச்சயமாய் யாரோ ஒரு பெண் உன்னையும் என்னையும் தொடர்கிறாள். முதலில் அவள் யார் என்பதைக் கண்டுபிடிக்க வேண்டும்."

குத்துவாள்களோடு திரும்பினார்கள். அந்த 'சிலுங்' 'சிலுங்' சத்தம் இப்போது நின்று போயிருந்தது.

"ஏதாவது ஒரு தூணுக்குப் பின்னால் அவள் மறைந்திருக்க வேண்டும்..."

"நானும் அப்படித்தான் நினைக்கிறேன்."

"வா... பார்ப்போம்..."

"கண்ணுக்குத் தட்டுப்படுபவள் யாராக இருந்தாலும்... சரி, குறுவாளை பாய்ச்சிவிடு..."

"என் குறுவாள் அதற்காகத்தானே காத்திருக்கிறது!"

நடந்தார்கள்.

இருபதடி நடந்ததுமே தாண்டவன் திடும்மென்று நின்றான். ஒரு தூணுக்குப் பின்னால் ஆடையொன்று அசைந்தது.

இப்போது நடப்பது

பாதுஷா தோல்பையைப் பிரித்து உள்ளே பாலிதீன் உறையில் - வைத்திருந்த, ஒரு சிறிய - பேனாக் கத்தியை எடுத்து - 'ப்ளக்'கென்று பட்டனைத் தட்ட - சின்னதாய் உலோக நாக்கு ஒன்று நீண்டது. பகவான் சிரித்தார்.

"இதோ பாரம்மா சௌந்தரி! இது ஏதோ பழம் நறுக்கற கத்தின்னு நினைச்சுக்காதே! கத்தியோட முனையில அபார பாய்ஸன். உடம்பை லேசா கீறினா போதும்... ஆள் அஞ்சே நிமிஷத்துல நீல வண்ணக் கண்ணனா மாறிடுவான்..."

சௌந்தரி வியர்த்து குமுறிக் கொண்டிருந்தாள். "அப்பாவை ஒண்ணும் பண்ணிடாதீங்க..."

"உங்கப்பாவை இந்தக் கத்தி கீறக் கூடாதுன்னு நினைச்சா... அந்த ஓலைச்சுவடி எங்க கைக்கு வரணும்."

"எ...எனக்கு அ...அதைப்பத்தி எதுவும் தெரியாது..."

"பாதுஷா! தனஞ்செயனோட பொண்ணுக்கு நம்ம சீரியஸ்தனம் தெரியலை... கொஞ்சம் வழிநடத்தி பக்கத்து ரூமுக்குப் போய்... அங்க என்ன இருக்குன்னு காட்டு..."

பாதுஷா புன்னகைத்து "என் பின்னாடி வா" - என்று கூறிவிட்டு முன்னால் நடந்தான். சௌந்தரி பின்தொடராமல் நிற்கவே பகவான் அவளைப் பிடித்துத் தள்ளினார். "போம்மா! போய் பாத்துட்டு வா... அப்பத்தானே நாங்க யார்ங்கிறது உனக்குத் தெரியும்..."

சௌந்தரி மிரண்ட விழிகளோடு - பாதுஷாவின் பின்னால் நடந்தாள். 'எதைக் காட்டப் போகிறார்கள்?' அறைக்குள் நுழைந்தான் பாதுஷா.

“ம்...உள்ளே...வா...”

தொடர்ந்தாள்.

சுவரோரமாய் – சாக்குத்துணியில் எதுவோ போர்த்தப்பட்டு தெரிந்தது. துணியின் மேற்பரப்பு பூராவும் ரத்தக் கறை.

“உன் வீட்டு வெள்ளை நிற நாய் இப்போ என்ன நிறத்துல இருக்குன்னு நீயே பார்” – சொன்னவன் இடது காலால் சாக்கு பையை உதைக்க - அது பிரிந்து கொண்டது.

உள்ளே -

வயிறு கிழிபட்ட டாமி, ஒருக்களித்து நீளமாய் செத்து தெரிந்தது. உடம்பில் பெரும்பாலான இடங்களில் நீல நிறம் விரவியிருந்தது.

“அடப்பாவிகளா!”

“எல்லாம் இந்த சின்ன கத்தியோட மகிமை”

சௌந்தரியின் கண்கள் நிலைகுத்திப் போய் டாமியையே வெறித்துப் பார்த்துக் கொண்டிருக்க - பாதுஷா அவளுடைய தோளைத் தொட்டான்.

“பார்த்துட்டியா...? போலாமா...?”

“..............”

“உங்கப்பனையும் இதே மாதிரி கிழிச்சி... ஒரு கோணிப்பையில் கட்டி வெக்க... ரெண்டு நிமிஷம் கூட எங்களுக்கு ஆகாது...”

சௌந்தரி இன்னமும் டாமியையே வெறித்துப் பார்த்துக் கொண்டிருக்க - பாதுஷா அவளை உசுப்பினான்.

“ஓலைச்சுவடியை எடுத்துக் குடுத்துடறியா...?”

“நீ... நீ சொல்ற ஓலைச்சுவடியைப் பத்தி எனக்கு... எதுவும்... தெரியாது...”

“நிஜமா உனக்குத் தெரியாதா?”

“தெரியாது...”

“கோக்கலை கிராமத்திலிருந்து ‘சிக்கப்பா’ங்கிற கிழவன் உங்கப்பாவை பார்க்க வந்ததும்... அவர் அவன்கிட்ட பேசிட்டிருந்ததும் உனக்குத் தெரியாதா?”

“தெரியாது...”

“அப்படீன்னா... உங்கப்பாவுக்கு இந்த வீட்ல ஏதாவது ரகசிய அலமாரி இருந்தா அதையாது காட்டு...”

“அ...அ...அப்படியெல்லாம் ஏதுமில்லை...” - சொன்ன சௌந்தரியின் முதுகுக்குப் பின்னால் பகவான் சிரித்தார்.

“பொய்க்கு மேல் பொய்யை சொல்லிட்டு போறியேம்மா? இது உனக்கே நியாயமா படுதா...? நீ இப்படி உண்மையைச் சொல்லாமே அடம்பிடிச்சா உங்கப்பாவையும் - நாயையும் ஒரே கோணிப்பையில் போட்டுக் கட்ட வேண்டியதுதான். பாதுஷா?”

“ஸார்...”

“மேன்மை தாங்கிய ஆர்க்கியாலஜி டிபார்ட்மெண்ட் டெப்டி டைரக்டர் தனஞ்செயனை கழுத்துக்குப் பக்கத்துல கத்தியால கீறிடு...”

“நோ... ஓ... ஓ...ஓ” வீறிட்டாள் சௌந்தரி.

“பாதுஷா கத்தியை மடக்கணும்ன்னா... நீ ரகசிய அலமாரியைக் காட்டணும்.”

“கா... காட்டறேன்...”

“நட... காட்டு...”

“அ... அலமாரியைக் காட்றேன். அதுல ஓலைச்சுவடி இல்லைன்னா எ...எங்கப்பாவை ஒண்ணும் பண்ணக் கூடாது...”

“பண்ணலை”

“நிஜமா...?”

“நிஜமா...”

“வா... வாங்க... எம்பின்னாடி”

சௌந்தரி மாடி வராந்தாவில் நடந்து கடைசி அறைக்கு கூட்டிக் கொண்டு போனாள். பகவான் சொன்னார்.

“கடந்த ஒரு மணி நேரமா... இந்த வீட்டில் இருக்கிற எல்லா ரூம்களையும் அலசிட்டோம். உங்கப்பாவோட சூட்சும அலமாரி எங்கேயும் தட்டுப்படலை. நீ டூரிலிருந்து இந்த ராத்திரி நேரத்துல வந்தது எங்களோட அதிர்ஷ்டம்...”

அறைக்குள் நுழைந்தார்கள்.

சுவர் அலமாரிகளில் இருந்த ஃபைல்கள் அந்த அறையின் தரை பூராவும் சிதறியடிக்கப்பட்டிருந்தது.

சௌந்தரி கேட்டாள்.

“அந்த ஓலைச்சுவடியில் என்ன எழுதியிருக்குன்னு நான் தெரிஞ்சுக்கலாமா...?”

“அது மொதல்ல எங்க கைக்கு கிடைக்கட்டும்... சொல்றோம். நீ ரகசிய அலமாரியைக் காட்டு...”

சௌந்தரி அறையின் மூலையிலிருந்த பீரோவைக் காட்டினாள். “அந்த பீரோவை நகர்த்தணும்.”

“நகர்த்தினா...”

“மொதல்ல நகர்த்துங்க சொல்றேன்...”

பாதுஷாவும் பகவானும் பீரோவுக்கு அருகில் போனார்கள். தேக்குமர பீரோ அது. திம்மென்று நின்றிருந்தது.

அவர்கள் இருவரும் – சௌந்தரிக்கு முதுகுகளைக் காட்டிக் கொண்டு பீரோவை நகர்த்த முயன்ற விநாடிகளில் –

சௌந்தரி ‘விருட்’டென்று அறைக்கு வெளியே பாய்ந்து – கதவை தடாலென்று இழுத்து மூடி வெளிப் பக்க தாழ்ப்பாளைப் போட்டாள்.

“ஏ... ஏய்... சௌந்தரி...”

"சௌந்தரீ...ஈஈஈ..."

சௌந்தரி - மாடி வராந்தாவில் ஓடி - தன் அப்பா இருந்த அறைக்குள் நுழைந்தாள்.

"அப்பா... அப்பா..."

தனஞ்செயனின் தோள்பட்டையைப் பிடித்து உசுப்பினாள். அவர் கண் விழித்து பார்க்கக் கூடிய நிலைமையில் - இல்லை என்பதை உணர்ந்ததும் - மறுபடியும் அறையினின்றும் வெளிப்பட்டு -

மாடிப்படிகளில் வேகமாய் இறங்கி –

ஹாலின் மையத்திலிருந்த டெலிபோனை நோக்கி ஓடினாள்.

'முதலில் போலீஸைக் கூப்பிட வேண்டும்.'

டெலிபோனின் மேல் மூச்சிறைக்க - விழுந்து ரிஸீவரை - அள்ளினாள். காதுக்குக் கொடுத்து - டயலைச் சுழற்ற முயன்ற விநாடி...

யாரோ -

அவளுடைய முதுகைத் தொட்டார்கள்.

5

எப்போதோ நடந்தது

அந்த இருட்டில் தூணுக்குப் பின்னால் - ஆடை அசைந்ததும் சாமுண்டராயனும் - தாண்டவனும் உஷாராகி நின்றார்கள். கைகளில் இருந்த குத்துவாள்களை உயர்த்திக் கொண்டார்கள். மெதுவாய் நடந்தார்கள்.

தூணை நெருங்கியதும் - சாமுண்டராயன் குரல் கொடுத்தான்.

"யாரது...?"

பதிலுக்கு தூணுக்கப் பின்னால் மௌனம்.

"மரியாதையாக வெளியே வா..."

மீண்டும் மௌனம்.

சாமுண்டராயன் கோபமாகி - அந்த ஆடையைப் பற்றி வேகமாய் இழுக்க - இரண்டு கைகளிலும் சலங்கைகளை வைத்துக் கொண்டு அந்த ஆண் உருவம் வெளிப்பட்டது. ஆனந்த வர்மராஜா!

இப்போது நடப்பது

ரிஸீவரை எடுத்துக் கொண்டு டயலைச் சுழற்ற முயன்ற சௌந்தரி தன் முதுகை யாரோ தொடுவதை உணர்ந்து தூக்கிவாரிப் போட்டுக் கொண்டு திரும்பினாள்.

அந்த நபர் நின்றிருந்தான். இளைஞன். தலையில் ஹார்ஸ் கேப். தாடையில் ஒழுங்காய் ட்ரிம் செய்யப்பட்ட தாடி. முரட்டுத் துணியில் பேண்ட் சர்ட். கண்களில் சிரிப்பு.

"என்ன சௌந்தரி...? இவ்வளவு அவசரமா யார்க்கு போன்...?"

"யா... யார்... நீ...?"

"நீ என்னை... யோகுன்னு கூப்பிடலாம். பகவானும் பாதுஷாவும் என்னை அப்படித்தான் கூப்பிடுவாங்க..."

"நீ... நீ.... நீ...?"

"அவங்க ஆள்...! இப்ப ரிஸீவரை வெச்சுடறியா? உனக்கு மட்டும்தான் புத்திசாலித்தனம் சொந்தம்ன்னு நினைச்சுட்டியா...? இது மாதிரி ஏதாவது எசகு பிசகான சம்பவம் நடக்கும்ன்னு எங்களுக்குத் தெரியும்... அதான் ஸ்பேர்ல இதே வீட்ல வேறு ஒரு ரூம்ல... இருந்தேன்..."

சௌந்தரியின் கையிலிருந்த ரிஸீவர் தளர்ந்தது.

"அதை வெச்சுடு..."

வைத்தாள்.

"அவங்க ரெண்டு பேரையும் ரூமுக்குள்ள விட்டு வெளிப்பக்கமா கதவைச் சாத்தி தாழ்ப்பாள் போட்டுட்டு ஓடி வந்துட்டியே...? இது நியாயமா...? போ, போய்க் கதவைத் திறந்து விடு..."

சௌந்தரி உடம்பு பூராவும் வியர்த்து ஊற்றிக் கொண்டிருந்தாள். பார்வை பரபரவென்று சுற்றும் முற்றும் அலைந்தது.

"போ... போய் கதவைத் திறந்து விடு... இங்கே முழிச்சுட்டு நின்னட்டிருக்கிறதுல ஒரு பிரயோஜனமும் இல்ல... ம்... நட..." சௌந்தரியைப் பிடித்து தள்ளினான் யோகு.

அவள் மாடிப்படிகளை நோக்கிப் போனாள்.

"அவ்வளவு சுலபத்துல நீயோ... உங்கப்பனோ எங்க பிடியிலிருந்து தப்பிச்சுட்டு போக முடியாது. ஒரு வேளை எங்க மூணு பேரையும் ஏமாத்திட்டு இந்த வீட்டைவிட்டே வெளியே போயிடறேன்னு வைய்யி... அப்பவும் எங்களுக்கு கவலையில்லை. ஏன்னா... இந்த வீட்டுக்கு முன்பக்கமாவும் - பின்பக்கமாவும் ரெண்டு பேர் எங்க ஆட்கள் நின்னுட்டிருக்காங்க..."

சௌந்தரி அதிர்ச்சியாய் மாடிப்படிகளில் ஏறிக் கொண்டிருந்தாள். யோகு அவளுடைய முதுகுக்குப் பின்னால் பேசினான்.

"உனக்கொரு விஷயம் தெரியுமா...? அரை மணி நேரத்துக்கு முன்னாடி ஒரு இன்ஸ்பெக்டரும் ரெண்டு கான்ஸ்டபிளும் இங்கே வந்துட்டாங்க. அவங்க எப்படி இங்கே வந்தாங்கன்னு ஆச்சர்யமாயிருக்கலாம். எங்க க்ரூப்ல இருந்த ஒருத்தன் திடீர்னு உத்தமனாயிட்டான். போலீஸுக்கு போன் பண்ணி உங்கப்பாவோட உயிர்க்கு ஆபத்துன்னு சொல்லிட்டான். அவங்களும் உடனே இங்கே வந்துட்டாங்க... நிலைமையை பகவான்தான் சமாளிச்சார். ஏறக்குறைய உங்கப்பா வயசில் இருந்த பாஸ், நைட் கவுனை மாட்டிக்கிட்டு தனஞ்செயனா நடிச்சுட்டார். குற்றுயிரா கிடக்கிற உங்கப்பன், செத்துப்போன நாய் - ரெண்டையும் இந்த வீட்டுக்குள்ள வெச்சுகிட்டே போலீஸ்ல சமாளிச்ச எங்களால... ஒரு பொட்டச்சியான உன்னை சமாளிக்க முடியாதா என்ன...?"

வராந்தாவில் நடந்து கதவுக்கு முன்பாய் போய் நின்றார்கள். "எந்தக் கையால தாழ்ப்பாளை போட்டியோ... அதே கையால திறந்துவிடு. நீ செஞ்ச பாவத்துக்கு அது விமோசனமா இருக்கட்டும்."

சௌந்தரி தயக்கமாய் தாழ்ப்பாளை விலக்க - பகவானும் பாதுஷாவும் வெளிப்பட்டார்கள்.

பாதுஷா ஆவேசமாய் - கண்கள் சிவக்க - தன் அகலமான இடது கையால் சௌந்தரியின் கழுத்தை 'கப்'பென்று பற்றினான்.

“ஏண்டி...! உன்... சில்மிஷ வேலையை என்கிட்டயா காட்றே...?”

அவனுடைய பிசுபிசுப்பான கைவிரல்களில் அவளுடைய குரல்வளை மோசமாய் நசுக்கப்பட - மூச்சுத் திணறினாள்.

பகவான் பாதுஷாவின் தோளைத் தட்டினார்.

“அவளை விடு... பாதுஷா... செத்துகித்து போயிடப் போறா.”

விட்டான்.

“இதோ பாரம்மா சௌந்தரி! நீ நல்லதனமா நடந்துகிட்டா நாங்களும் அதே மாதிரி நடந்துக்குவோம். இன்னொரு தடவை நீ... எங்களை ஏமாத்த நினைச்சா... உங்கப்பனை ரெண்டா கிழிச்சு போட்டுட்டு போயிட்டே இருப்போம்... உனக்கு எப்படி எண்ணம்...? எங்களுக்கு உதவி பண்றியா...? இல்ல உங்கப்பனை இந்த நாய் கிடந்த கோலத்துல பார்க்க விரும்பறியா...?”

“உ.... உதவி பண்றேன்...”

“அப்படீன்னா அந்த ரகசிய அலமாரி...?”

“வா... வாங்க காட்றேன்...” சௌந்தரி மாடிப்படிகளில் இறங்கி - ஹாலைக் கடந்து - சமையலறைக்குள் பக்கத்தில் இருந்த ஸ்டோர் ரூமுக்குள் நுழைந்தாள். சுவரில் இருந்த ஸ்விட்சைத் தட்ட - உள்ளே வெளிச்சம் நிரம்பிக் கொண்டது. சௌந்தரி மளிகை சாமான்கள் நிரம்பிய கப்போர்ட் ஒன்றைக் காட்டினாள்.

“அ...அதை நகர்த்தணும்.”

பாதுஷா நகர்த்தினான்.

சுவரில் - ஒரு அலமாரி இருப்பதற்கான அறிகுறிகளோடு சுண்ணாம்பு பூச்சோடு - பதிக்கப்பட்ட பலகைகள் தெரிந்தது.

“இதான்...”

“உங்கப்பன் கில்லாடிதான்...”

பகவான் சுவரில் பதிந்திருந்த பலகையைத் தள்ளினார். அது சிரமமாய் நகர்ந்தது. ‘க்க்கர்ரக் க்ர்ர்ரக்...”

உள்ளே ஃபைல்கள் தெரிந்தன. ஒவ்வொன்றாய் எடுத்தார். க்ரேட் டிஸ்கவரீஸ் பார்ட் ஒன், பார்ட் டூ, பார்ட் த்ரி, பொய்மான் கரடு கேவ்ஸ் - சம் மிஸ்ட்ரீஸ், இலஞ்சி டெம்பிள் - ஏ லுக், ப்ரைஸ்லெஸ் ஸ்டாச்யூஸ் இன் இண்டியா அண்ட் ஸ்ரீலங்கா.

எல்லா ஃபைல்களையும் வெளியே எடுத்து போட்ட பின் பகவான் மண்டியிட்டு உட்கார்ந்து - அலமாரிக்குள் கையை நுழைத்து - அந்தச் சிறிய இரும்புப் பெட்டியை எடுத்தார்.

திறந்தார்.

உள்ளே அந்த ஓலைச்சுவடி - ஒரு பாலிதீன் கவர்க்குள் போடப்பட்டு தெரிந்தது. அதை பரவசமாய் எடுத்து முத்தமிட்டார். யோகுவும் பாதுஷாவும் பிரகாசமான முகங்களோடு அவரருகே குனிந்தார்கள்.

6

எப்போதோ நடந்தது

"அ... அரசே!" மன்னன் ஆனந்த வர்மராஜாவைப் பார்த்ததும்... சாமுண்டராயனும் தாண்டவனும் உறைந்து போனார்கள். ஆனந்தவர்ம ராஜா புன்னகைத்தார்.

"சாமுண்டராயரே! நீரும் உம்முடைய மைத்துனரும் இந்த அர்த்த ஜாமத்தில் அந்தப்புரம் அருகே எதற்காக - குத்து வாள்களோடு திரிந்து கொண்டிருக்கிறீர்கள் என்பதை நான் தெரிந்து கொள்ளலாமா...?"

"அ...அரசே!"

"சொல்லுங்கள்..."

"உறக்கம் பிடிக்கவில்லை. எ... எனவே சற்று காலாற நடப்பதற்காக - தாண்டவனோடு வந்தேன்."

"நான் கேள்விப்பட்ட காரணத்திற்கும் - நீங்கள் சொல்கிற காரணத்துக்கும் நிறைய வேறுபாடு இருக்கிறதே?"

"எ... என்ன கேள்விப்பட்டீர்கள் அரசே?" சாமுண்டராயனின் நாக்கு மேலண்ணத்தில் போய் ஒட்டிக் கொண்டது.

"அரசி சாந்தமதியின் கழுத்தில் இருக்கும் மஹா ரத்தினஹாரத்தை கையாடும் பொருட்டுதான்... இந்த சமஸ்தானத்தின் படைத் தளபதியான நீரும் உமது

மைத்துனரும் இந்த ஜாம வேளையில் புறப்பட்டதாக தகவல்."

"அபாண்டம்..."

"சாட்சி இருக்கிறது சாமுண்டராயரே!"

"சாட்சியா...?"

"யார்...?"

"சாட்சியை இங்கேயே கூப்பிடட்டுமா...?"

"கூ...கூப்பிடுங்கள்..."

ஆனந்த வர்மராஜா சாட்சியைக் கூப்பிட்டார். இன்னொரு தூண் மறைவிலிருந்த சாட்சியைப் பார்த்ததும் சாமுண்டராயரும், தாண்டவனும் நிலைகுலைந்து போனார்கள்.

இப்போது நடப்பது

ஓலைச்சுவடிகள் வெகுவாய் நைந்து போயிருந்தன. குங்குமம் பூசப்பட்ட - எழுத்துப் பள்ளங்கள் வார்த்தைகளை ஓரளவுக்கு அடையாளம் காட்ட - பகவான் வாய்விட்டு படித்தார்.

"நந்திகேஸ்வரன் பரதார்ணவம், ஹஸ்தங்கள், திருஷ்டிகள், சிரஸ்பாதங்கள், ஸ்தானகங்கள், தாரிஸ்தபதிகள், நர்த்தனங்கள், அங்கஹாரங்கள், நானார்த்த ஹஸ்தங்கள், சிருங்க, தண்டவாஸ்யம், மோஹினி விலாச குறுவஞ்சி - கவி சப்தரிஷி - யாத்தது."

பாதுஷாவும் யோகுவும் தலைகளைச் சொறிந்து கொண்டார்கள். பகவான் தொடர்ந்து படித்தார். "சப்தம் எனும் தாளம் சொற்கட்டு. மன்னர் சகசியாத்தசலாம், தருக்கள், ஜக்கிணி, ஸ்வரதானக்கிருதிகள்..."

பாதுஷா குறுக்கிட்டான். "என்ன ஸார்! நாம எதிர்பார்த்த வாசகம் வரலையே...?"

"கண்டிப்பா அந்த வாசகம் இதுல இருக்கும். நிதானமா படிச்சுப் பார்க்கணும்..."

சௌந்திரி பகவானிடம் திரும்பினாள். "நீங்க தேடிட்டு வந்த ஓலைச்சுவடிதான் கிடைச்சுருச்சே...? இனிமே எங்கப்பாவை ஒண்ணும் பண்ணமாட்டீங்களே...?"

"உங்கப்பாவை ஒண்ணும் பண்ண மாட்டோம்... ஆனா ஒரு வாரம் பத்து நாளைக்கு நீயும் உன்னோட அப்பாவும் எங்க கூட இருக்கணும்."

"எ...எதுக்கு?"

"அதையெல்லாம் இப்ப சொல்லிட்டிருக்க நேரமில்லை... மேற்கொண்டு எந்த கேள்வியும் கேக்காம... உடனே நீ எங்க கூட புறப்படணும்...! பாதுஷா!"

"ஸார்...!"

"தெரு மூலைக்குப் போய், உமர்க்கு தகவல் குடுத்துடு. அவன் தேவாவை கூட்டிகிட்டு வேன்ல வந்துடட்டும்."

"சரி... ஸார்..." அவன் தலையாட்டிவிட்டு வெளியே ஓடினான். பகவான் தொடர்ந்து ஓலைச் சுவடியை படிக்க ஆரம்பித்தார்.

"மூல ஸ்லோகப்படி யாத்தது... மஹாராஜா சரபோஜி வம்ச நியமப்படி... புஷ்பாஞ்சலி..."

"யோகு..."

"ஸார்..."

"கோக்கலை சிக்கப்பா கொண்டு வந்து குடுத்தது இந்த ஓலைதானா?"

"ஏன்... ஸார்...?"

"நாம எதிர்பார்த்த விஷயம் இல்லையே...? ஏதோ சங்கீதத்தைப் பத்தி எழுதப்பட்ட ஓலைகளா இருக்கே?"

"தனஞ்செயனை நம்ம இடத்துக்கு கூட்டிட்டு போய் - கேட்கிற விதத்தில் கேட்டா... உண்மையைச் சொல்லாமலா போயிடுவார்...?"

ஹாலில் டெலிபோன் அடித்தது.

ரிஸீவரை எடுப்பதற்காக நகர்ந்த - யோகுவை கையமர்த்தினார் பகவான். "சௌந்திரி! நீ போய் ரிஸீவரை எடு... மறுமுனையில் பேசறவங்க யாராயிருந்தாலும் சரி... அவங்ககிட்டே சுமுகமா பேசிட்டு ரிஸீவரை வெச்சுடணும்...! எங்களைக் காட்டித் தர்ற மாதிரி ஒரு வார்த்தை உன் உதட்டுல இருந்து உதிர்ந்தாலும் சரி... மாடியில் இருக்கிற உன்னோட அப்பா அந்த நிமிஷமே சடலமாயிடுவார். உதவிக்கு வர்றவங்க இந்த வீட்டுக்கு வந்து சேர்றதுக்குள்ளே அரை மணி நேரமாயிடும். அதுக்குள்ளே எங்களாலே இங்கிருந்து தப்பிக்க முடியும்...! போய் ஒழுங்கா போன் பேசிட்டு வா!"

சௌந்தரி ஹாலை நோகிப் போனாள்.

"யோகு! நீ கூடப்போ... அவ வாயிலிருந்து எசகுபிசகா ஒரு வார்த்தை வந்தாலும் சரி... தனஞ்செயனை முடிச்சிடு..."

சௌந்தரியைப் பின்தொடர்ந்து போனான் யோகு. சௌந்தரி கை நடுங்க ரிஸீவரை எடுத்தாள்.

"ஹலோ..."

"மிஸ்டர் தனஞ்செயன் ஹவுஸ்தானே?"

"ஆ...ஆமா..."

"நான் எஸ்.ஐ. ரகு பேசறேன்... தனஞ்செயன் தூங்கறாரா?"

"ஆ...ஆமா..."

"பேசிட்டிருக்கிற நீங்க யார்ன்னு நான் தெரிஞ்சுக்கலாமா?"

"நா... நான் அவரோட டாட்டர்."

"நீங்க டூர் போயிருக்கிறதா உங்க ஃபாதர் சொன்னரே...?"

"இ...இப்பத்தான் வந்தேன்..."

"உங்க ஃபாதர் விஷயத்தை சொல்லியிருப்பாரே..."

“ஆ...ஆமா... சொ...சொன்னார்...”

“யாரோ விளையாட்டுக்காக மிரட்டியிருக்காங்கன்னு நினைக்கிறேன். ஏதாவது உதவி தேவைப்பட்டா போலீஸுக்கு ரிங் பண்ணுங்க...”

“ச...சரி...”

“குட் நைட்...” மறுமுனையில் எஸ்.ஐ ரகு ரிஸீவரை வைத்துவிட - ரிஸீவரை சாத்தினாள்.

“போன்ல யாரு?”

“எஸ்.ஐ ரகு...!”

“போன்லயே நைட் டூட்டி பாக்கிறரா, மனுஷன்...” யோகு சொல்லி சிரித்துக் கொண்டிருக்கும் போதே - பங்களா வாசலில் வாகனமொன்று உறுமும் சத்தம் கேட்டது.

யோகு எட்டிப் பார்த்தான்.

வேனை நிறுத்தி விட்டு -

பாதுஷா, உமர், தேவா - மூன்று பேரும் வேகவேகமாய் உள்ளே வந்து கொண்டிருந்தார்கள்.

7

எப்போதோ நடந்தது

தூணின் மறைவிலிருந்து வெளிப்பட்ட - அந்தச் சாட்சியைப் பார்த்ததும் சாமுண்டராயன் விழிகளில் அதிர்ச்சி தெறித்தது.

“நித்திலா நீயா...?”

“நானேதான்... உங்கள் மனைவி...! நீங்கள் செய்ய இருந்த கொடுமதிச் செயலைப் பற்றி - அரசர்க்கு சொல்லி - அவர் வேட்டைக்குப் போவதை தடுத்து நிறுத்தியவள் நான்தான்...”

“அடிப் பாதகி! கணவனைக் காட்டித் தர - உனக்கு எவ்வளவு நெஞ்சமுத்தம்...?”

“மஹாரத்தின ஹாரத்தைக் கவர்வதற்காக அரசியையே தீர்த்துக்கட்ட நீங்களும் என் தமையனும் முயன்றீர்கள். எவ்வளவோ அறிவுரை - சொல்லிப் பார்த்தேன். நீங்கள் கேட்கும் நிலையில் இல்லை... அரசியைக் காப்பாற்ற வேறு வழியும் எனக்குத் தெரியவில்லை. எனவேதான் அரசரிடம் முறையிட்டேன். நான் கைம்பெண் ஆனாலும் பரவாயில்லை. துரோக ரத்தம் உள்ள உங்கள் உடல்கள் மண்ணுக்கு இரையாகட்டும்...”

"பாவி! ஒழிந்து போ..." - சாமுண்டராயன் தன் கையிலிருந்த குத்துவாளை - விருட்டென்று வீச - அது நித்திலாவின் மார்பில் புதைந்து - அவளைச் சாய்த்தது. 'ஆ...ஆ...ஆ...!'

கண்ணிமைக்கிற நேரம்தான்.

ஆனந்தவர்ம ராஜா தன் உடைவாளை உருவி - இட வலமாக சுழற்ற - சாமுண்டராயன், தாண்டவனின் தலைகள் இருட்டில் தெறித்து விழுந்தன.

வெளிப் பிரகாரத்தில் ரத்தம் பெருக்கெடுத்தது.

இப்போது நடப்பது

இரவு ஒரு மணி.

சப்-இன்ஸ்பெக்டர் ரகு, தன் தொப்பியைக் கழற்றி சுவர் ஆணியில் மாட்டிவிட்டு பெல்ட்டை தளர்த்தி விட்டுக் கொண்டபடி - ஸ்டேஷனின் உள்ளே இருந்த அறைக்குள் ரெஸ்ட் எடுப்பதற்காக நுழைந்த விநாடி - டெலிபோன் கூப்பிட்டது.

வெளியே நடந்து ரிஸீவரை எடுத்தார்.

"ஹலோ..."

"இது போலீஸ் கண்ட்ரோல் ரூம்...! ரெட்ஃபீல்ட் போலீஸ் ஸ்டேஷன்...?"

"எஸ்..."

"எஸ்.ஐ. மிஸ்டர் ரகு...?"

"ஆமா..."

"உங்க பீட் ஜவஹர்புரம் சர்ச் ரோட்ல - இருக்கிற டெலிபோன் பூத்துக்கு பக்கத்தில் ஒரு மர்டர் நடந்திருக்கிறதா போன்கால் வந்தது. உங்களை ஸ்பாட்டுக்குப் போகும்படியா ஹெட் குவார்ட்டர்ஸ் இன்ஸ்ட்ரக்ஷன்"

"உங்களுக்கு எப்போ தகவல் வந்தது...?"

"ஜஸ்ட் ஃபைவ் மினிட்ஸ் பேக்...! அந்த டெலிபோன் பூத்துக்கு போன் பண்ண வந்த யாரோ... அவசர போலீஸுக்கு தகவல் குடுத்திருக்காங்க..."

"பாடி ஆணா... பெண்ணா?"

"ஆண்..."

"மார்ச்சுவரி வேனுக்கு தகவல் சொல்லிடுங்க. நான் ஸ்பாட்டுக்கு போயிட்டிருக்கேன்."

ரகு ரிஸீவரை வைத்துவிட்டு பெல்ட்டை இறுக்கிக் கொண்டார். "கான்ஸ்டபிள்..."

"ஸார்..."

"ஜீப்பை ரெடி பண்ணுய்யா. இன்னிக்கு ராத்திரி வைகுண்ட ஏகாதசிதான். டெலிபோன் பூத்துக்குப் பக்கத்துல எவனோ செத்துக் கிடக்கிறானாம்..."

ஜீப் ரெடியாகி - ஜவஹர்புரம் சர்ச் ரோட்டில் இருந்த டெலிபோன் பூத்துக்குப் பக்கத்தில் போய் நின்றபோது அந்தப் பகுதி முழுவதும் - இருட்டிலும் நிசப்தத்திலும் இருந்தது. ரகுவும் இரண்டு கான்ஸ்டபிள்களும் இறங்கினார்கள்.

"ஸார்! அங்க யாரோ விழுந்து கிடக்கிற மாதிரி தெரியுது."

"டார்ச்சை அடிச்சு பாரய்யா."

ரோட்டோரச் சரிவில் - அந்த உடல் குப்புறக் கிடந்திருந்தது. கால்கள் அகட்டப்பட்ட நிலையில் தெரிந்தது.

"கொஞ்ச வயசு மாதிரி தெரியுது ஸார்."

"உடம்புல ப்ளட் ஸ்டேயினையே காணோம்."

உடம்பை நெருங்கினார்கள். டார்ச் லைட்டின் வெளிச்சத்தை நெடுக அடித்தார்கள்.

“பாடிய புரட்டு”

உடல் மல்லாந்தது.

இளைஞன். திறந்த கண்கள். வாய் பிளந்திருக்க - நாக்கு உமிழ்நீரும் ரத்தமுமாய் – வெளித் தள்ளி...

“ஸார் கழுத்துக்கு எதையோ போட்டு இறுக்கியிருக்காங்க...”

“சம்பவம் ஒரு மணி நேரத்துக்கு முன்னாடி தான் நடந்திருக்கணும் ப்ளட்ல ‘மாய்ச்சர்’ தெரியுது.”

“ஆள் யார்ன்னு தெரியலை...”

“நெத்தியில குங்குமம் விபூதி வெச்சிருக்கான்...”

“சட்டை பாக்கெட்டை தடவு....”

தடவினார்கள்.

“பாக்கெட் காலி ஸார்”

“பேண்ட் பாக்கெட்...?”

ஒரு கான்ஸ்டபிள் தடவிப் பார்த்துவிட்டு நிமிர்ந்தார்.

“எம்ட்டி ஸார்”

“என்னய்யா... இது... ரெண்டு பாக்கெட்டிலேயும் ஒண்ணும் இல்லாமலா இருக்கும்...?”

“கொலையாளி புத்திசாலித்தனமா... போலீஸுக்கு எந்தத் தடயமும் கிடைக்கக் கூடாதுங்கிற எண்ணத்துல - பாக்கெட்ல இருந்த திங்க்ஸை எடுத்துட்டு போயிருக்கலாம் ஸார்...”

“ஆளைப் பார்த்தா டீஸண்டா தெரியறான்...” சொல்லிக் கொண்டே எழ முயன்ற ரகுவின் பார்வை - இறந்து கிடந்தவனின் இடது உள்ளங்கைக்கு போக - அவர் நெற்றி மேலேறியது.

“யோவ்... ஒன் நாட் ஃபோர்”

“ஸார்...”

“டார்ச்சை இப்படிக் குடு”

கொடுத்தார். ரகு அதை வாங்கி - இறந்து கிடந்தவனின் உள்ளங்கையை உயர்த்திப் பிடித்து - வெளிச்சத்தில் நனைத்தார்.

கான்ஸ்டபிள் பார்த்துவிட்டு சொன்னார். “உள்ளங்கையில ஏதோ இங்க் கறை மாதிரி தெரியுது ஸார்...”

“அது இங்க் கறையில்லய்யா...! பால் பாயிண்ட் பேனாவில எதையோ எழுதியிருக்கான்...!” சொன்ன ரகு உள்ளங்கையை உற்றுப் பார்த்து ஒவ்வொரு நெம்பராய் படித்தார்.

“ட்டூ...ஸிக்ஸ் ட்டூ ஸெவன் ஸிக்ஸ்”

கான்ஸ்டபிள்கள் வியப்பாய் நிமிர்ந்தார்கள். “ஸார்! இது நம்ம... ஸ்டேஷன் டெலிபோன் நெம்பர்...”

8

எப்போதோ நடந்தது

"மன்னர்க்கு வணக்கம்..."

குரல் கேட்டு ஆனந்தவர்ம ராஜா திரும்பினார்.

இடம்: அவருடைய அந்தரங்க அறை.

சமஸ்தானத்து ஜோதிடர் நின்றிருந்தார்.

"வணக்கம்! வாருங்கள் ஜோதிடரே!"

"தாங்கள் அழைத்ததாக..."

"ஆமாம்... அமருங்கள்" - ஆசனத்தைக் காட்டிவிட்டு தானும் உட்கார்ந்தார் ஆனந்தவர்ம ராஜா. அவர் முகத்தில் அபரிவிதமான கவலை.

"ஜோதிடரே! நாட்டின் நடப்பு உங்களுக்குத் தெரியும் என்று நினைக்கிறேன்..."

"தெரியும். கடந்த மூன்று ஆண்டுகளாக மழையில்லை. சமஸ்தானத்திற்குட்பட்ட எல்லா கிராமங்களிலும் வறட்சி. மக்கள் பஞ்சத்தாலும் பட்டினியாலும் வாடுகிறார்கள். கால்நடைகள் ஏற்கனவே இறந்து கொண்டிருக்கின்றன."

"இந்த பஞ்சத்திற்குக் காரணம் கடவுள் குற்றம் என்றுதான் நினைத்துக் கொண்டிருந்தேன். ஆனால் நீங்கள் நமது மந்திரியாரிடம் வேறு ஏதோ காரணத்தைச் சொன்னீர்களாமே..."

"ஆமாம்"

"என்ன சொன்னீர்கள்...?"

"நமது அரசியார் அணிந்திருக்கிற 'மஹா ரத்னஹாரம்' சாபம் படைத்த வைரங்களால் ஆனது. அது நம் சமஸ்தானத்தில் இருக்கும் வரை அசாதாரணமான சம்பவங்கள் நடப்பதை தவிர்க்க இயலாது... மனித மரணங்களும் - இயற்கையின் சீற்றமும் நிச்சயம் இருக்கும்..."

"குழந்தைத்தனமான கருத்து" ஆனந்தவர்ம மகாராஜா சிரிக்க -

ஜோதிடரின் முகம் சிவந்தது.

இப்போது நடப்பது

சப்-இன்ஸ்பெக்டர் ரகு ஆச்சர்யப்பட்டார்.

"இவனுடைய கையில் எதற்காக நம்ம பீட் போலீஸ் ஸ்டேஷனின் டெலிபோன் நம்பர்?"

"ஸார்..." கான்ஸ்டபிள் கூப்பிட்டார்.

"ம்..."

"பதினொண்ணரை மணி சுமார்க்கு நம்ம ஸ்டேஷனுக்கு எவனோ ஒருத்தன் போன் பண்ணி ஆர்க்கியாலஜி டிபார்ட்மெண்ட் டெப்டி டைரக்டர் தனஞ்செயனுக்கு ஏதோ ஆபத்து... அவரைக் காப்பாத்துங்கன்னு சொன்னானே! அவன் இவனா இருக்குமோ?"

ரகு பளிச்சென்று நிமிர்ந்தார்.

"மே... பி..."

"பக்கத்துல... டெலிபோன் பூத். அவன் உள்ளங்கையில நம்ம ஸ்டேஷன் டெலிபோன் நம்பர். நிச்சயமா இவன்தான் போன் பண்ணியிருக்கணும் ஸார்..."

"தனஞ்செயனுக்கு ஆபத்துன்னு போன் பண்ணிச் சொன்னது இவனா இருந்தா... இவன் எதுக்காக கொலை செய்யப்படணும்..."

"ஸார்! தனஞ்செயனுக்கு இந்த ஆளை ஒரு வேளை தெரிஞ்சிருக்கலாம்... அவர்க்கு போன் பண்ணி இங்கே வரவழைச்சா என்ன?"

"பாடியை மறுபடியும் தரோவா செக் பண்ணுங்க. நான் தனஞ்செயனுக்கு போன் பண்ணிட்டு வந்துடறேன்..."

சொன்ன ரகு டெலிபோன் பூத்தை நோக்கிப் போனார். சட்டைப் பையில் இருந்த பாக்கெட் டயரியைப் புரட்டி தனஞ்செயனின் வீட்டு டெலிபோன் நம்பரை சரிபார்த்துக் கொண்டு ரிஸீவரை எடுத்தார்.

டயலைச் சுழற்றினார்.

மறுமுனையில் ரிங் போய்க் கொண்டே இருந்தது. இரண்டு நிமிஷ நேரம் டெலிபோனை 'ரிங்' பண்ணவிட்டு இணைப்பைத் துண்டித்து மறுபடியும் டயலைச் சுழற்ற மேலும் இரண்டு நிமிஷத்துக்கு ரிங் நீளமாய் போயிற்று.

'தூங்கிவிட்டார்களா?'

'இவ்வளவு போன் அடிப்புக்கு தூக்கம் கலையாமலா இருக்கும்?'

ரகுவுக்கு முதன்முதலாய் சந்தேகம் வந்தது.

ஏதோ விபரீதம்.

ரிஸீவரை கொக்கியில் மாட்டிவிட்டு டெலிபோன் பூத்தினின்றும் வெளிப்பட்டார். "கான்ஸ்டபிள்!"

"ஸார்..."

"நான் ஜீப்பை எடுத்துகிட்டு தனஞ்செயன் வீட்டுக்குப் போய்ட்டு வர்றேன். டெலிபோன் பண்ணினா ரிங் மட்டும் போகுது. ரெஸ்பான்ஸ் இல்லை. ஸம்திங் ராங்!"

“எஸ்... ஸார்...”

ஜீப்பை நோக்கி ஓடினார் ரகு.

9

எப்போதோ நடந்தது

"குழந்தைத்தனமான கருத்தா...?"

"ஆமாம் ஜோதிடரே! என் மனைவி சாந்தமதியின் கழுத்தில் மஹா ரத்தினஹாரம்... மனித மரணங்களையும் இயற்கை உற்பாதகங்களையும் நிகழ்த்தும் என்பது கேலிக்குரியதாய் உங்கள் மனதிற்கு படவில்லையா...?" சொல்லிவிட்டு ஆனந்தவர்ம ராஜா மறுபடியும் சிரித்தார்.

"மன்னிக்க வேண்டும் அரசே! இது சிரிக்கக்கூடிய விஷயம் அல்ல...யவன வணிகர் ஒருவர் அந்த மஹா ரத்னஹாரத்தை உங்களிடம் தந்த நாளில்தான் - நம் குதிரை லாயம் தீப்பற்றி நூற்றுக்கும் மேற்பட்ட குதிரைகள் மாண்டன. அதற்குப் பிறகு நம் படைத்தளபதி சாமுண்டராயரும், அவருடைய மைத்துனர் தாண்டவனும் மகாராணியின் கழுத்திலிருந்த ரத்தின ஹாரத்தை அபகரிக்க முயன்று - உங்கள் வாளுக்கு இரையானார்கள். சாமுண்டராயன் மனைவி நித்திலாவும் மாண்டாள். அதன் பின் உங்களுக்கு உயிர் நண்பராய் இருந்த பூஞ்சோலை சமஸ்தான மன்னர் விஷ்ணுவர்த்த ராஜா ஒரு அற்ப விஷயத்தில் நிரந்தர எதிரியானார். அந்தப் பகை இன்னமும் மறையவில்லை. சென்ற வருடம் காட்டுக்கு வேட்டையாடச் சென்ற தங்களின் குமாரர் ஹரிராஜன் ஆட்கொல்லி புலியால் தாக்கப்பட்டு வலது கண்ணில் பார்வை இழந்தார். தங்கள்

குமாரத்தி இளவரசி நர்த்தனாவை நாகம் ஒரு முறை தீண்டி - சமஸ்தான வைத்தியரின் மூலிகைச் சாற்றினால் உயிர் பிழைத்தார். அந்த மஹா ரத்தினஹாரம் - அரசியாரின் கழுத்தில் இடம்பெற்ற நாள் முதலாய் சமஸ்தான கஜானாவில் பணம் பற்றாக்குறை ஏற்பட்டுள்ளதை கணக்காயர் எத்தனையோ தரம் உங்களுக்கு எடுத்துக் காட்டியுள்ளார்கள்."

"இதெல்லாம் விதிப்பயன் நடப்பவை!"

"இல்லை அரசே! அந்த விதியை நீங்கள் வலிய கட்டிப் பிடித்திருப்பதுதான் காரணம்."

"இது மூட நம்பிக்கை."

"என் பேச்சில் நம்பிக்கை வையுங்கள் அரசே! மஹாரத்தின ஹாரத்தில் இடம் பெற்றுள்ள வைரங்கள் நம் சமஸ்தானத்திற்கு கெடுதலை ஏற்படுத்துபவை. அந்தக் கெடுதலிலிருந்து தப்பித்துக் கொள்ள ஒரு பரிகாரம் இருக்கிறது."

"எந்தப் பரிகாரமும் வேண்டாம்... நீங்கள் புறப்படலாம்."

"இனி வரும் நாட்கள் மிக மிகச் சோதனையானவை அரசே!"

"இருக்கட்டும்..." சொல்லிச் சிரித்தார், ஆனந்தவர்ம ராஜா.

இப்போது நடப்பது

காலை ஆறு மணி.

டி.எஸ்.பிக்கு எதிரே நின்றிருந்தார் சப்-இன்ஸ்பெக்டர் ரகு. அந்தக் காலை நேரத்திலும் முகம் லேசாய் வியர்வை பொடிப்பில் இருந்தது. டி.எஸ்.பி கேட்டுக் கொண்டிருந்தார்.

"நீங்க ஒன்றரை மணி சுமார்க்கு தனஞ்செயனின் பங்களாவுக்குள்ளே போனப்ப அங்க யாருமில்லை...?"

“இல்ல ஸார்... பங்களாவுக்குள்ளே இருக்கிற எல்லா ரூம்லேயும் நுழைஞ்சு பார்த்தேன். மாடி ரூம்ல ஒரு நாய் மட்டும் வயிறு கிழி பட்டு கோணிப்பையில் சுத்தி வெச்சிருந்தாங்க...”

“தனஞ்செயனுக்கு... ஆபத்துன்னு உங்களுக்கு டெலிபோன் வந்ததும் கான்ஸ்டபிள்களோடு அவர் வீட்டுக்குப் போனப்ப... தனஞ்செயனா நடிச்ச நபர் மேல உங்களுக்கு ஏன் சந்தேகம் வரலை...?”

“தனஞ்செயனை அதுக்கு முன்னாடி நான் பார்த்ததில்லை ஸார். அதைத் தவிர அந்த நபரோட பேச்சும் நடத்தையும் இயல்பா இருந்தது. டென்ஷனைக் காட்டிக்கலை.”

“யூ மஸ்ட் பி கீன் மிஸ்டர் ரகு. தனஞ்செயனோட பாதுகாப்புக்காக போன நீங்க... அந்த வீட்டை ஒரு ரவுண்ட்ஸ் போய் பார்த்திருக்கணும். அதைச் செய்யாமே விட்டது எவ்வளவு பெரிய மடத்தனம்...?”

“ஸார்...”

“தனஞ்செயனையும், அவரோட டாட்டரையும் எந்த பர்ப்பஸுக்காக கடத்தப்பட்டிருக்காங்கன்னு அனுமானிக்க முடியலை.”

“வந்தவங்க எதையோ தேடியிருக்காங்க ஸார்... ஃபைல்ஸெல்லாம் இறைஞ்சு கிடந்தது...”

“எதைத் தேடியிருப்பாங்க? உங்களாலே கெஸ் பண்ண முடியுதா...?”

“ஏதோ ஒரு டிபார்ட்மெண்ட் சீக்ரெட்டுக்காக அவங்க வந்திருக்காங்க ஸார்...”

“எப்படி சொல்றீங்க?”

“பணம், நகைக்காக வந்தவங்களா இருந்தா... தனஞ்செயனையும், அவரோட டாட்டர் சௌந்தரியையும் கடத்திகிட்டு போயிருக்க மாட்டாங்க ஸார்...”

“ஸோ...! ஏதோ ஒரு ரகசிய குறிப்புக்காக வந்திருக்காங்க...”

“மே... பி...”

“அதை ஸ்மெல் பண்ண என்ன நடவடிக்கைகளை எடுக்கப் போறிங்க.... ரகு...?”

“ஆர்க்கியாலஜி டிபார்ட்மெண்ட் டைரக்டர் ராஜவேலுவோட அது சம்பந்தமாய் பேசணும் ஸார்...”

“டூ... இட் இம்மீடியட்லி...”

“தென்...”

“சொல்லுங்க...”

“டெலிபோன் பூத்துக்கு அருகில் இறந்து கிடந்த நபரின் போட்டோவை எல்லா பேப்பர்ஸுக்கும் கொடுத்து இறந்த நபர் யார்ங்கிறதை கண்டுபிடிக்கணும் ஸார்...”

“வேண்டிய ஸ்டெப்ஸ் எடுத்துக்குங்க... க்ரைம் ப்ராஞ்ச் அஸிஸ்டன்ஸ் தேவைப்பட்டா... எனக்கு இன்பார்ம் பண்ணுங்க...”

“எஸ்... ஸார்...”

10

எப்போதோ நடந்தது

"அரசே பட்டினிச்சாவு தொடர்கிறது. நிலைமை மிகவும் மோசமாக போய்க் கொண்டிருக்கிறது. பொற்காசுகளை நெருப்பில் எரித்து - நூறு வேத விற்பன்னர்களை அழைத்து யாகங்களை செய்து வருண பகவானை குளிர்விக்கும் பணியை மேற்கொண்டோம். ஆனால் பயனேதுமில்லை... வெய்யிலின் கொடுமையால் பட்ட மரங்கள் கூட தானாய் தீப்பற்றி எரிகின்றன."

சமஸ்தானத்தின் அமைச்சர் சொன்னதைக் கேட்டு மது அருந்திக் கொண்டிருந்த ஆனந்தவர்ம ராஜா திடுக்கிட்டுப் போய் எழுந்தார். தலைக்கேறியிருந்த மதுவின் போதை உடனே காணாமல் போயிற்று.

"அமைச்சரே! எனக்கு என்ன செய்வது என்று புரியவில்லை... இந்த சமஸ்தானத்து மண்ணில் பட்டினிச் சாவுகள் விழுவதை தடுக்க நீங்கள்தான் ஒரு வழி சொல்ல வேண்டும்."

"வழி இருக்கிறது அரசே! ஆனால் அதில் உங்களுக்கு நம்பிக்கையில்லை!"

"நீங்கள்... என்ன சொல்கிறீர்கள்...?"

"நம் சமஸ்தானத்து ஜோதிடர் கீரிடாதி கிருபானந்தர் இந்த வறட்சியைப் போக்க ஒரு பரிகாரம் வைத்திருக்கிறார்..."

"இதற்கெல்லாம் காரணம் இந்த ரத்தின ஹாரம் என்று சொல்வதை என்னால் ஏற்றுக் கொள்ள முடியவில்லை அமைச்சரே! உயிரில்லாத அந்த ரத்தின ஹாரம் இத்தனை விளைவுகளுக்கு எப்படிப் பொறுப்பாகும்?"

"அரசர் என்னை மன்னிக்க வேண்டும். ரத்தினங்கள் உயிரற்றவை அல்ல... உணர்ச்சிகள் நிறைந்தவை. மனிதர்களின் வாழ்வை உன்னத நிலைக்கு கொண்டு போகவும், நாசப்படுத்தவும் அவைகளால் இயலும்... ரத்ன பரிசைக்ஷ என்னும் நிகண்டு ஒன்றை சப்தரிஷி ஒருவர் யாத்துள்ளார். சற்று எண்ணிப் பாருங்கள் அரசே! அந்த மஹா ரத்தினஹாரம் அரசியாரின் கழுத்துக்கு வருவதற்கு முன்... நம் சமஸ்தானம் எவ்வளவு செழிப்பாய் இருந்தது. தானியக் களஞ்சியங்கள் எப்படி நிரம்பி வழிந்தன."

ஆனந்தவர்ம ராஜா யோசித்து விட்டு நிமிர்ந்தார்.

"சரி ஜோதிடர் கீரிடாதி கிருபானந்தரை உடனே வரவழையுங்கள். அவர் சொல்லும் பரிகாரத்தை கேட்போம்..."

இப்போது நடப்பது

தனஞ்செயனின் காயங்களுக்கு மருந்திட்டு - பிளாஸ்டரை ஒட்டி கட்டிலின் மேல் உட்கார்த்தி வைத்து பின் தன் கையிலிருந்த ஓலைச்சுவடியை நீட்டினார் பகவான். சுற்றிலும் பாதுஷா, யோகு, உமர், தேவா உடைக்கப்பட்ட பீர் பாட்டில்களோடு நின்றிருந்தார்கள்.

"டெட்டி டைரக்டர் ஸார்! எங்களுக்கு எல்லாமே தெரியும். வீண் பிடிவாதம் காட்டி மௌனம் சாதிக்கிறதுல எந்தவிதமான பிரயோஜனமும் இல்லை. இந்த ஓலைச் சுவடியில் இருக்கிற வாசகங்களுக்கு என்ன அர்த்தம்...?"

"எ... எனக்குத் தெரியாது...?"

"கோக்கலை சிக்கப்பா... எதுக்காக இந்த ஓலைச்சுவடியை உங்ககிட்டே கொண்டு வந்து கொடுக்கணும்...?"

"அ... அது புராதன கால ஓலைச்சுவடி... அதை டிபார்ட்மெண்ட் மியூஸியத்தில் பிரஸர்வ் பண்ணி வெக்கிறதுக்காக கேட்டிருந்தேன்..."

"அந்த சிக்கப்பாவை உங்களுக்கு எப்படி தெரியும்...?"

"............." பக்கத்து கட்டிலில் மயக்கமாய் குப்புற விழுந்து கிடக்கும் தன் மகள் சௌந்தரியை ஒரு துக்கப் பெருமூச்சோடு பார்த்துவிட்டு பகவானை ஏறிட்டார்.

"எம் பொண்ணை ஒண்ணும் பண்ணிட மாட்டீங்களே...?"

"நீங்க உண்மையைச் சொன்னா... உங்க பொண்ணு சௌந்தரி மேல எங்க விரல் நகம் கூட படாது. அதுக்கு மாறா பொய் சொன்னா... உங்க கண் முன்னாடியே... உங்க அழகான பொண்ணை பங்கு போட்டுக்குவோம்... ஒரு அப்பனுக்கு இதை விட கொடுமையான காரியம் - உலகத்துல வேற எதுவுமே கிடையாது."

தனஞ்செயன் கலவரமாய் எச்சில் விழுங்கி விட்டு தொடர்ந்தார். "நான் எல்லாத்தையும் சொல்லிடறேன்..."

"ஒரு நல்ல பெரிய மனுஷனுக்கு இதுதான் அடையாளம்... சொல்லுங்க..."

ஓலைச்சுவடியை வாங்கிக் கொண்டார் தனஞ்செயன். உதட்டை ஈரப்படுத்திக் கொண்டு நலிந்த குரலில் பேச ஆரம்பித்தார்.

"ஆறு மாசத்துக்கு முந்தி..."

11

எப்போதோ நடந்தது

ஆனந்தவர்ம ராஜா கவலை தேங்கிய முகத்தோடு ஜோதிடர் கீரிடாதி கிருபானந்தரைப் பார்க்க, அவர் ஆசனத்தில் சம்மணமிட்டு உட்கார்ந்து மெல்லிய குரலில் சொல்லிக் கொண்டிருந்தார்.

"இந்த மஹா ரத்தினஹாரத்தில்... இடம் பெற்றுள்ள... இரு சர வரிசை... வைரங்கள்... நீசமான நீரோட்டம் கொண்டவை! அதனோடு இணைந்திருக்கும் மற்ற ரத்தினங்களும் அந்த வகையைச் சேர்ந்ததுதான். இந்த ரத்தின ஹாரம் இருக்குமிடம் சர்வநாசம். இந்த சர்வ நாசத்தை தடுத்து நிறுத்தக்கூடிய பரிகாரம் உள்ளது என்று ஏற்கனவே நான் சொன்னேன். ஆனால் நீங்கள்தான் என் பேச்சை செவி மடுக்கவேயில்லை."

"அந்தப் பரிகாரம் என்ன என்பதைச் சொல்லுங்கள் ஜோதிடரே...?"

"சற்று குரூரமான பரிகாரம்."

"எதுவாக இருந்தாலும் பரவாயில்லை. சொல்லுங்கள்."

ஜோதிடர் தயங்கிவிட்டு தொடர்ந்தார். "இந்த பரிகாரத்திற்கு தேவைப்படுவது இரண்டே இரண்டுதான். ஒன்று பருவமடைந்து ஒரு வருடமே ஆன ஒரு கன்னிப்பெண். இரண்டு அந்த ரத்தின ஹாரம்."

ஆனந்தவர்ம ராஜா ஜோதிடரின் முகத்தையே பார்த்துக் கொண்டிருக்க அவர் உதட்டை அசைத்தார்.

"அமாவாசை கழிந்த மறுநாள் - பாட்டியமை நாளன்று நடுநிசியில் அந்தக் கன்னிப் பெண்ணை - ஓடும் நீரில் குளிக்க வைத்து - ஒற்றை ஆடையோடு - காளிகோயிலின் பின்பக்க மண்டபத்தில் உட்கார்த்தி வைத்து அவள் கழுத்தில் இந்த நவரத்தின ஹாரத்தை தரிக்க வேண்டும். பின் மண்டபத்தின் நிலவறைக்குள் அவளை தெற்கு வடக்காக - கிடத்தி - உயிரோடு சமாதி எழுப்ப வேண்டும். சமாதியின் மேல்பாகம் நவ உலோகங்களால் மறைக்கப்பட வேண்டும்."

அதிர்ந்தார் ஆனந்தவர்ம ராஜா.

'ஒரு கன்னிப் பெண்ணை உயிரோடு சமாதி செய்வதா?'

இப்போது நடப்பது

ஆர்க்கியாலஜி டிபார்ட்மெண்ட் டைரக்டர் ராஜவேலுவின் அறை.

"சமீபத்திய ஆர்க்கியாலஜி கண்டுபிடிப்புகளில் ஏதாவது அபூர்வமான சங்கதி இருக்கா ஸார்...?"

இன்ஸ்பெக்டர் சத்திய நாராயணனும், சப்-இன்ஸ்பெக்டர் ரகுவும் ராஜவேலுக்கு எதிரே உட்கார்ந்திருந்தார்கள். அவர் சொன்னார்.

"அப்படி அபூர்வமான சங்கதி ஏதுமில்லை இன்ஸ்பெக்டர்... ஆறு மாசத்துக்கு முன்னால் கோபிச்செட்டிப்பாளையம் கரட்டூரில் பொன் ஈஸ்வரன்ங்கிறவரோட நிலத்தில... மண் தாழிகள் கிடைச்சது. அதுக்குப் அப்பறம்... எங்க டிபார்ட்மெண்ட் எதையும் கண்டுபிடிக்கலை..."

"டெப்டி டைரக்டர் தனஞ்செயனையும் அவரோட டாட்டரையும் கடத்திகிட்டு போனவங்க – வீட்டைவிட்டுப் போறதுக்கு முன்னாடி - எல்லா ஃபைல்களையும்

கலைச்சுப் பார்த்திருக்காங்க... ஸோ... அவங்க ஏதோ ஒரு தகவலுக்காகத்தான் வந்திருக்காங்கன்னு கிரிஸ்டல் க்ளீயரா தெரியுது ஸார். அந்த தகவல் எதுன்னு தெரிஞ்சா கேஸை மூவ் பண்ணி - அவங்களை கண்டுபிடிக்க வசதியா இருக்கும்...”

ராஜவேலு தன் வழுக்கை மண்டையை - இடது கையால் வாரிக்கொண்டு நாற்காலிக்கு சௌகரியமாய் சாய்ந்தார்.

“ஸாரி இன்ஸ்பெக்டர்! அது மாதிரியான வேல்யுபிள் ரிஸர்ச் - எதுவும் இப்போ டிபார்ட்மெண்ட்ல இல்லை. தனஞ்செயனும், அவரோட டாட்டரும் கடத்தப்பட்டது பர்சனல் விவகாரமாக் கூட இருக்கலாமே...?”

“அவருடைய அறையை நாங்க பார்க்கலாமா...?”

“தாராளமா...” என்றவர் இண்டர்காமின் ரிஸீவரை எடுத்து - ஒரு பட்டனைத் தட்டிவிட்டு யாரையோ கூப்பிட்டார். அந்த நபர் உள்ளே வந்ததும் சொன்னார். “மிஸ்டர் ஷர்மா...! இவங்களை டெப்டி டைரக்டர் ரூமுக்கு கூப்பிட்டு போங்க...”

“எஸ்... ஸார்...”

சத்தியநாராயணனும் ரகுவும் அந்த ஷர்மாவைத் தொடர்ந்தார்கள். கட்டிடத்தில் பழைய கலாச்சாரத்தின் தாக்கம் இருந்தது. பெரும்பாலும் காரைச் சுவர்கள், பல நிறக் கண்ணாடி பதித்த ஜன்னல்கள்.

“மிஸ்டர் ஷர்மா! நீங்க இங்கே என்னவா இருக்கீங்க...?”

“ஸ்காலர்...”

“தனஞ்செயனும் அவரோட டாட்டரும் கடத்தப்பட்ட சம்பவத்துக்கு பின்புலம் என்னன்னு உங்களாலே கெஸ் பண்ண முடியுதா...?”

“ஸாரி ஸார்... ஐ குட் நாட்...”

“தனஞ்செயனைப் பத்தி உங்க பர்சனல் ஒபீனியன் என்ன?”

“திறமையானவர், ஹார்ம்லெஸ் மேன்.”

ஷர்மா ஒரு அறைக்குள் நுழைந்தார். "இதுதான் டெப்டி டைரக்டரோட ரூம்." சத்தியநாராயணனும், ரகுவும் பார்வைகளைச் சுழற்றினார்கள்.

அறையின் மூன்று பக்கமும் சுவரோரமாய் கண்ணாடி பீரோக்கள் தெரிய உள்ளே ஸ்டோன் ஏஜ், மெட்டல் ஏஜ் காலத்து சாமான்கள் ஸ்பெசிமன்களாக தெரிந்தன. பாறையின் துணுக்குகள் - மணி வகைகள் - சின்னச் சின்ன பாட்டில்களில் - வரிசையாய் உட்கார்ந்திருந்தது.

சத்தியநாராயணன் மேஜைக்குப் பக்கத்தில் வந்து நின்றார்.

"மிஸ்டர் ஷர்மா."

"ஸார்..."

"இந்த மேஜை டிராயர்க்கு கீ இருக்கா...?"

"இருக்கு ஸார்..." ஷர்மா தன் சட்டைப் பாக்கெட்டில் இருந்த சாவியை எடுத்து நீட்டினார். அவர் அதை வாங்கித் திறந்தார். முதல் டிராயரில் நிறைய வரைபடத்தாள்கள். டூர் புரோக்ராம் சார்ட்கள்.

ரகு புரட்டிக் கொண்டே கேட்டார்.

"தனஞ்செயனைப் பார்க்கிறதுக்காக இந்த வாரம் பத்து நாள்ல யார், யார் வந்தாங்கன்னு சொல்ல முடியுமா...?"

"இந்த விவரத்தை டெலிபோன் ஆபரேட்டர் கம் ரிசப்ஷனிஸ்டைத்தான் கேட்கணும் ஸார்..."

"ரிசப்ஷனிஸ்ட் ஆணா பெண்ணா?"

"பெண்..."

"அவங்களை இங்கே ஒரு ரெண்டு நிமிஷம் கூப்பிட முடியுமா...?"

ஷர்மா தலையை ஆட்டிவிட்டு அகன்று போனார். சத்தியநாராயணனும், ரகுவும் அந்த அறையை அலசி முடிப்பதற்குள் - உயர்த்தி கொண்டை போட்ட அந்தப் பெண் 'திமுக் திமுக்'கென்று நடந்து வந்தாள்.

"ஸார், ஷி... ஈஸ் மந்தாகினி... டெலிபோன் ஆபரேட்டர் கம் ரிசப்ஷனிஸ்ட்..."

சத்தியநாராயணன் அவளை ஏறிட்டார். "டெப்டி டைரக்டர் தனஞ்செயனைப் பார்க்க - இந்த பத்து நாட்களாய் - யார் யார் வந்தாங்கன்னு சொல்ல முடியுமா...?"

"அவர்க்கு பர்சனல் மீட்ஸைக் காட்டிலும் வெளியே இருந்து வர்ற போன் கால்கள் தான் அதிகம் ஸார்!"

"போன் கால்கள்னா வெளியூரா? உள்ளூரா?"

"உள்ளூர்க் கால்ஸ்தான் அதிகம்..."

"யார் யார் போன் பண்ணுவாங்க...?"

"அநேகமா அவரோட ஃப்ரண்ட்ஸ்..."

"நேம் லிஸ்ட் குடுக்க முடியுமா...?"

"இன்கம்மிங் கால்ஸ் ரெஜிஸ்டரைப் பார்த்தா தெரியும்... பத்து நிமிஷத்துல உங்களுக்குத் தர்றேன்..."

"வெளியூர் கால்ஸ் ஏதாவது... வந்ததா?"

"பத்து நாளைக்கு முன்னாடி - நீலகிரி டிஸ்ரிக்ட் கோக்கலையிலிருந்து சிக்கப்பான்னு ஒருத்தர் நாலைஞ்சு தடவை பி.பி கால் போட்டு தனஞ்செயன் ஸாரோடு பேசணும்ன்னு சொன்னார். ஆனா அவர் பேச விரும்பாம... சீட்ல இல்லைன்னு சொல்லச் சொன்னார்."

"ஏன்...?"

"ஐ டோண்ட் நோ த ரீஸன்... எனக்கு அவர் சுபீரியர்... அவர் என்ன சொல்றாரோ... அதைத்தான் நான் செய்ய முடியும்..."

"போன் பண்ணினவரோட பேர் என்னன்னு சொன்னீங்க?"

"கோக்கலை சிக்கப்பா..."

12

எப்போதோ நடந்தது

அமாவாசை கழிந்த மறுநாள். பாட்டிமை இரவு முதல் சாமத்தில் இரண்டாவது நாழிகை. காளி கோயிலின் பின்புறம் இருந்த பலிபீட மண்டபத்தில் ஆனந்தவர்ம ராஜாவும் - ஜோதிடர் கீரிடாதி கிருபானந்தரும் காத்திருந்தார்கள். எங்கும் இருட்டின் ஆதிக்கம். கோயிலை ஒட்டிச் செல்லும் ஆறு மட்டும் நிசப்தத்தை அறுத்துக் கொண்டு சலசலவென்று சத்தத்தை எழுப்பிக் கொண்டிருந்தது.

“ஜோதிடரே!”

“அரசே!”

“அந்த மஹா ரத்தினஹாரத்தை ஒரு கன்னிப் பெண்ணுக்கு அணிவித்து அவளை மண்டப நிலவறையில் உயிரோடு அடக்கம் செய்து விட்டால் சமஸ்தானத்தில் வறுமை நீங்கி வளம் கொழிக்கும் அல்லவா?”

“நிச்சயமாய்...”

“உயிரோடு சமாதி சம்பவம் நிகழ்ந்ததும் எத்தனை நாளில் மழை பெய்யும்...”

“நாளை சூர்யோதயம் ஆரம்பமாகி அஸ்தமனத்திற்குள் வானம் கறுக்கும்... பூமி குளிரும்...”

“உறுதியாக...”

"நான் கணித்தது நடக்கும்..."

"நடக்காவிட்டால்..."

"என்னை சிரச்சேதம் செய்ய உத்தரவிடலாம். அல்லது கழுவில் ஏற்றிக் கொல்லலாம்."

கிருபானந்தர் சொல்லிக் கொண்டிருக்கும் போதே -

காளி கோயிலின் வாசலில் நான்கைந்து உருவங்களின் நடமாட்டம் தெரிந்தது. ஆனந்தவர்ம ராஜா மலர்ந்தார். "அமைச்சர் வந்து விட்டார் பூஜைக்குரிய பெண்ணோடு."

"பெண் யார் அரசே...?"

"அவள் பெயர் தாராவதி... வேத பாடசாலை வைத்துக் காலம் தள்ளி வந்த தன்வந்திரியின் ஒரே புதல்வி. அவர் காலமானதும் பதினான்கு வயதான அந்தப் பெண்ணை சமஸ்தான காப்பகத்தில் வைத்து வளர்த்து வந்தோம். அவள் இறந்து போனால் கவலைப்படுபவர்கள் யாரும் இல்லை. எனவேதான் அமைச்சர் தாராவதியைத் தேர்ந்தெடுத்தார்..."

"தாராவதிக்கு சமாதி விஷயம் தெரியுமா?"

"தெரியாது..."

"விஷயம் தெரிந்தால் அவள் ஒப்புக் கொள்ள மாட்டாளே...?"

"விஷயம் தெரிந்து கொள்ளாமலேயே அவள் சமாதியாகப் போகிறாள்."

"எப்படி...?"

"பொறுத்திருந்து பாருங்கள் ஜோதிடரே...!"

இப்போது நடப்பது

டி.எஸ்.பியின் நெற்றியில் வியப்புச் சுருக்கங்கள் படிந்தது.

"பேரென்ன சொன்னீங்க...? கோக்கலை சிக்கப்பாவா?"

"ஆமா... ஸார்..." என்றார் சத்தியநாராயணன்.

"கோக்கலைங்கிறது ஊர் இல்லையா...?"

"ஆமா... ஸார்...! அதையும் விசாரிச்சுட்டோம்... கோத்தகிரியிலிருந்து இருபது கிலோ மீட்டர் தூரத்துல - அந்த ஊர் இருக்கு. சின்ன கிராமம். மொத்த ஜனத்தொகையே ஆயிரத்துக்குள்ளேதான். தாய்மொழி கன்னடம்."

"அந்தக் கிராமத்துக்குப் பக்கத்துல ஏதாவது டூரிஸ்ட் அட்ராக்ஷன் இருக்கா...?"

"எதுவும் கிடையாது ஸார். ஆனா கோக்கலை கிராமத்திலிருந்து - ரெண்டு கிலோ மீட்டர் தூரம் தள்ளி - ஒரு மலைப்பாங்கான இடத்துல – பாழடைஞ்ச பழங்கால கட்டிடங்கள் சில இருக்கு..."

"அது என்னன்னு விசாரிச்சு பார்த்தீங்களா...?"

"ஆர்க்கியாலஜி டிபார்ட்மெண்ட்ல விசாரிச்சோம். அந்த சிதிலமான பாழடைஞ்ச கட்டிடங்கள் எல்லாமே... பதினெட்டாம் நூற்றாண்டில் வாழ்ந்த ஒரு சமஸ்தான மன்னரோட இருப்பிடமாம்..."

"சரி... உங்க ஃபர்தர் ஸ்டெப்ஸ் என்ன...?"

"இன்னும் ஒரு மணி நேரத்துல அந்த கோக்கலை கிராமத்துக்கு நானும், மிஸ்டர் ரகுவும் புறப்படறோம் ஸார்..."

"யூனிஃபார்மை தவிர்த்துடுங்க... கோக்கலை சிக்கப்பாவுக்கும், தனஞ்செயனுக்கும் என்ன காண்டாக்ட் இருந்ததுங்கிறதை ஸ்மெல் பண்ணினாத்தான், கேஸ்ல ஒரு பிடி கிடைக்கும்..."

தலைகளை ஆட்டினார்கள் இருவரும்.

15

எப்போதோ நடந்தது

அமைச்சர் இரண்டு அரண்மனை ஆட்களோடும், தாராவதியோடும் ஆனந்தவர்ம ராஜாவை நெருங்கினார். "வணக்கம் அரசே!" எல்லோரும் வணங்கினார்கள்.

தாராவதி மகிழ்ச்சியாய் இருந்தாள். பதினான்கே வயதான அவளுடைய உடம்பில் பருவத்தின் ரஸவாத வித்தை தெரிந்தது.

"தாராவதி!"

"அரசே!"

"உன்னால் எனக்கொரு காரியம் ஆக வேண்டியிருக்கிறது."

"கட்டளையிடுங்கள் அரசே! உடனே செய்து முடிக்கிறேன்."

"கடினமான காரியமில்லை பெண்ணே! ஜோதிடர் கீரிடாதி கிருபானந்தர் சொல்கிறபடி - எதிர் கேள்விகள் கேட்காமல் காரியமாற்ற வேண்டும்."

"காத்திருக்கிறேன் அரசே...!"

ஜோதிடர் அவளை ஏறிட்டார். "தாராவதி! நம் சமஸ்தான கிராமங்கள் பஞ்சத்தால் பீடிக்கப்பட்டு - மனிதர்கள் பட்டினியால் மாண்டு கொண்டு இருக்கிறார்கள். இது ஏதோ தெய்வ சாபம் என்று என் மனதிற்குப் படுவதால் காளி

மாதாவின் கோயிலில் ஒரு அர்த்தஜாம பூஜையை மன்னரின் உத்தரவைப் பெற்று நடத்த உள்ளேன். இந்த பூஜையில் ஒரு பெண் - அதுவும் கன்னிப் பெண் கலந்து கொள்ள வேண்டியது அவசியம். தெய்வ சாட்சியாக நீ கன்னிப் பெண் தானே?"

"ஆமாம் சாமி."

"அப்படியானால் என் சொற்படி கேட்க வேண்டும்."

"சொல்லுங்கள் சாமி."

"அருகே ஓடும் புனலாற்றில் குளித்து - அதோ அந்த ஒற்றை செவ்வாடையைக் கட்டிக் கொண்டு வா."

"அப்படியே சாமி..." வணங்கிய தாராவதி கல் திட்டின் மேல் கிடந்த செவ்வாடையை எடுத்துக் கொண்டு - ஆற்றை நோக்கிப் போனாள். அவள் தலை மறைந்ததும் அமைச்சர் கிருபானந்தரின் அருகே வந்தார்.

"ஜோதிடரே! தாராவதி குளித்துவிட்டு வந்ததும் மூலிகைச் சாறு கலந்த இந்தப் பாலை அருந்தச் சொல்லுங்கள். உடனே மயக்கமாகி விடுவாள். அவள் மயக்கமானதும் - நாம் எண்ணிய காரியத்தை உடனே முடித்து விடலாம்."

"இதில் விஷம் ஏதும் கலக்கப்படவில்லையே?"

"இல்லை... ஏன் கேட்கிறீர்கள்?"

"உயிரோடு சமாதி செய்யப்பட்டால்தான் பரிகாரம் செய்ததற்கான முழுப்பலன் கிடைக்கும்..."

"கவலை வேண்டாம்... இது உணர்வை மட்டும் இழக்க வைக்கக்கூடிய மூலிகைச் சாறு... ஜோதிடரே...!"

குளித்துவிட்டு வரும் தாராவதிக்காக - எல்லோரும் காத்திருக்க ஆரம்பித்தார்கள்.

இப்போது நடப்பது

சத்தியநாராயணனும், ரகுவும் கோத்தகிரி போய் அங்கிருந்து ஒரு பஸ்ஸைப் பிடித்து குறுகிய

மலைப்பாதையின் வழியே ஒரு மணி நேரம் பயணம் செய்து - கோக்கலை கிராமம் போய்ச் சேர்ந்தபோது – மத்தியானம் மூன்று மணி.

கிராமம் பசுமையில் இருந்தது.

திரும்பின திசையெல்லாம் - தேயிலைத் தோட்டங்கள் விதவிதமான பச்சைகளில் வழிந்தன. மெல்ல நடந்தவர்கள், ரோட்டின் திருப்பத்தில் இருந்த அந்த ஒன் மேன் போஸ்ட் ஆபீஸைப் பார்த்ததும் நின்றார்கள்.

"ரகு..."

"ஸார்..."

"இங்கே விசாரிச்சா... அந்த சிக்கப்பாவைப் பத்தின தகவல் கிடைக்கலாம்..."

போஸ்ட் ஆபீஸுக்குள் நுழைந்தார்கள். இவர்களைப் பார்த்ததும் போஸ்ட் மாஸ்டர் உல்லன் ஸ்வெட்டரோடு நிமிர்ந்தார்.

"எஸ்..."

"ஒரு தகவல் வேணும்..."

"என்ன...?"

"இந்தக் கிராமத்துல சிக்கப்பான்னு ஒருத்தர் இருக்கார். அவரைப் பார்க்கணும்... அவர் வீட்டு அட்ரஸை சொல்ல முடியுமா?"

"சிக்கப்பா...?"

"எஸ்...!"

"நீங்க அவர்க்கு என்ன ஆகணும்...?"

"தூரத்து சொந்தம்..."

"சொந்தம்ன்னு சொல்றீங்க... உங்களுக்கு எப்படி விஷயம் தெரியாமே போச்சு..."

"விஷயமா...? என்ன விஷயம்...?"

“போன வாரம் யாரோ அவரை கொலை பண்ணிட்டாங்க ஸார். நூத்தி அஞ்சு வயசு கிழவர். எந்த படுபாவியோ... அரிவாளாலே ஒரு போடு போட்டுட்டான்.”

14

எப்போதோ நடந்தது

தாராவதி குளித்து - உடம்பில் அந்த செவ்வாடையைச் சுற்றிக் கொண்டு காளி கோயிலின் பலிபீட மண்டபத்துக்கு வந்தாள். தலையில் நீர் சொட்ட உடம்போடு ஆடை ஒட்டியிருந்தது.

ஜோதிடர் புன்னகைத்தார்.

"இப்படி கிழக்கு திசையைப் பார்த்து அமரம்மா!"

அமர்ந்தாள்.

"அரசே! அந்த மஹா ரத்தினஹாரத்தை உங்கள் கைகளாலேயே தாராவதிக்கு அணிவியுங்கள்."

தாராவதி மிரட்சியால் விழித்துக் கொண்டிருக்கும்போதே ஆனந்தவர்ம ராஜா தன் கையில் வைத்திருந்த அந்த ரத்தினஹாரத்தை சூட்டினார்.

ஜோதிடர் குவளையை நீட்டி - "இந்தப் பாலை அருந்தும்மா... தெய்வத்திற்கு நிவேதனம் செய்யப்பட்ட பால்..." என்றார்.

மறுக்காமல் வாங்கி அருந்தினாள் தாராவதி. காலியான குவளையை கீழே வைப்பதற்கு முன்பே கண்கள் சொருகி - ஒரு பக்கமாய் சரிந்தாள்.

அமைச்சர் சிரித்தார். "மூலிகைச்சாறு தன் பணியை செவ்வனே செய்து விட்டது ஜோதிடரே! இனி நீங்கள் உங்கள் பணியை ஆரம்பிக்கலாம்..."

“முதலில் இவளை நிலவறைக்கு கொண்டு போய் நாம் நிர்மாணித்திருக்கும் சமாதிக்குள் - மல்லாத்தி படுக்க வைக்க வேண்டும். பின்புதான் என் பணி” - ஜோதிடர் சொல்ல - அமைச்சர் தான் கூட்டி வந்த இரண்டு அரண்மனை ஆட்களுக்கு கண்ணைக் காட்ட - அவர்கள் மண்டபத்தின் மூலையில் இருந்த ஈசானியத்திற்கு சென்று தரையோடு தரையாய் பதிந்திருந்த சதுரக்கல்லைப் புரட்டினார்கள்.

உள்ளே படிகள் போயிற்று.

ஒருவன் தாராவதியை இரண்டு கைகளாலும் தூக்கிக் கொள்ள, இன்னொருவன் தீப்பந்தத்தோடு கீழே இறங்கினான். அந்த இரண்டு பேரையும் மற்றவர்கள் தொடர்ந்தார்கள். படிகள் முடிந்ததும் விஸ்தாரமான நிலவறை ஆரம்பமாயிற்று. தீப்பந்தத்தின் வெளிச்சத்தைப் பார்த்ததும் - மேற் கூரைகளில் தொங்கிக் கொண்டிருந்த வெளவால்கள் - விருட் விருட்டென்று பறந்தன.

இருபதடி தூரம் நடந்ததுமே –

தோண்டப்பட்ட சமாதி வந்தது.

“கிழக்கில் தலையும் - மேற்கில் கால்களும் இருக்கும் படியாக படுக்க வையுங்கள்” ஜோதிடர் சொல்ல -

தாராவதி படுக்க வைக்கப்பட்டாள். மூலிகைச்சாறு கலந்த பால் அவளை ஆழ்ந்த தூக்கத்தில் ஆழ்த்தியிருந்தது.

“அரசே! ஆரம்பிக்கலாமா?”

“ம்...”

“அமைச்சரே! நான் கேட்ட சில பொருள்களைக் கொண்டு வந்திருக்கிறீர்களா?”

“கொண்டு வந்திருக்கிறேன்...”

“கொடுங்கள்...”

அமைச்சர் - துணிப் பொட்டலமொன்றை - கொடுத்தார். ஜோதிடர் அதை வாங்கிப் பிரித்து அரசனிடம் நீட்டினார்.

"அரசே! இதில் பொன், வெள்ளி, தாமிரம், வெண்கலம், உருக்கு, இரும்பு, ஈயம், துத்தநாகம், ரஸம், மாணிக்கம், வஜ்ரம், வைடூரியம், மரகதம், நீலம், கோமேதகம், புஷ்பராகம், முத்து, பவளம் இவைகளால் உருவான பஸ்பம் உள்ளது. இந்த பஸ்பத்தை எடுத்து கீழே சிந்திவிடாமல் தாராவதியின் நெற்றியில் பூசுங்கள்."

ஆனந்தவர்ம ராஜா எடுத்து பூசினார்.

"நான் சொல்லும் வார்த்தைகளை தாராவதியின் வலது காதருகே உச்சரியுங்கள் மன்னா! சீதம், தாபம், உஷ்ணம், ப்ரஜா நாசம், உக்ரம், பாவம், வியாதி, அனாசாரம், சோர பயம், அக்னி பயம், துஷ்ட நிக்ரம், குரோதம், இடம்பம், அஞ்ஞானம், ஸஸ்யம், அண்டஜம், ஸ்வேதகம், உற்பிஜம், ஜராயுதம்..."

ஜோதிடர் சொல்லச் சொல்ல – ஆனந்தவர்ம ராஜா ஒவ்வொரு வார்த்தையைச் சொல்லிக் கொண்டே வந்தார்.

ஏறக்குறைய ஒரு நாழிகை நேரம்

மந்திர உச்சாடணங்கள் முடிந்ததும் - அமைச்சரிடம் திரும்பினார் ஜோதிடர். "அவ்வளவுதான்! இனி அடக்கம் செய்துவிடலாம்!"

அமைச்சர் ஆட்களுக்கு கண்ணைக் காட்ட - அவர்கள் நிலவறையின் ஓரத்தில் குவித்து வைத்திருந்த கருங்கற்களைக் கொண்டுவந்து - சாற்றைக் குழைத்து பூசி - தாராவதியின் மேல் சமாதி எழுப்பினார்கள்.

"கிருபானந்தரே!"

"சொல்லுங்கள் அரசே!"

"உங்கள் பேச்சை வேத வாக்காக எண்ணி – விலை மதிக்க இயலாத ரத்தினஹாரத்தை இழந்திருக்கிறேன். நாளை சூரிய அஸ்தமனத்திற்குள் மழை பெய்யாவிட்டால் உங்களுக்கும் இதே இடத்தில் ஒரு சமாதி எழுப்ப வேண்டி வரும்..."

"மன்னா! என் வாக்கு பொய்க்காது. அந்த வானமும் பொய்க்காது. இனி மாதம் மும்மாரி பெய்யும்."

இப்போது நடப்பது

தனஞ்செயன் பகவானிடம் சொல்லிக் கொண்டிருந்தார்.

"ஆறு மாசத்துக்கு முந்தி ஒரு நாள் சாயந்திரம் கோக்கலை கிராமத்திலிருந்து சிக்கப்பாங்கிற பேர்ல நூத்தி அஞ்சு வயசு கிழவர் ஒருத்தர் என்னைப் பார்க்கறதுக்காக வீட்டுக்கு வந்திருந்தார். வந்தவர் எங்க ஆர்க்கியாலஜி டிபார்ட்மெண்ட்ல என்னென்ன செய்றாங்கன்னு ஆர்வமா கேட்டார். நானும் சொன்னேன். திடீர்னு அவர் 'நான் ஒரு தகவல் சொல்றேன்! உங்களால நம்ப முடியுமா'ன்னு கேட்டார். 'நான் சொல்லுங்க பார்க்கலாம்'ன்னேன். அவர் அதுக்கு 'நான் பதினெட்டாம் நூற்றாண்டில் வாழ்ந்த கற்பூரச் சோலை சமஸ்தானத்தை சேர்ந்த வம்சாவழியில் வந்தவன். அந்த நூற்றாண்டைச் சேர்ந்த - ஏட்டுச் சுவடிகள் சிலது என்கிட்டே இருக்கு. அந்த ஏட்டுச் சுவடிகளை பொழுது போகாம படிச்சிட்டிருந்தப்ப - ஒரு சுவடியில் மட்டும் சில விசித்திரமான வாசகங்கள் இருந்தது. காளி கோயில் பலிபீட மண்டபம், ஈசான மூலை, சதுரக்கல்லை பெயர்க்க முயன்றால் நிலவறைச் சமாதி. அதில் உறங்கும் தாராவதியின் கழுத்தில் மஹா ரத்தினஹாரம்... யாரும் அதை தொட்டுவிட வேண்டாம். பாவங்கள் உங்களைப் பற்றிக் கொள்ளும்.' இந்த ரீதியில் இருந்ததாகச் சொன்னார்."

பகவான் கையமர்த்தினார். "தனஞ்செயன்! நீங்க இப்ப சொன்ன வார்த்தைகளெல்லாம்... இந்த ஏட்டுச் சுவடிகளில் இல்லையே... நான் முழுசும் படிச்சுப் பார்த்தேனே...?"

"இந்தச் சுவடிகளில் இருக்காது..."

"அப்படின்னா...?"

தனஞ்செயன் தொடர்ந்தார். “கோக்கலை சிக்கப்பா அந்த ஏட்டுச்சுவடிகளைக் கொண்டு வந்து காட்டினார். அந்த மஹா ரத்தினஹாரத்தை வெளியே எடுக்கணும்ன்னும் சொன்னார். சொன்னவர் என்கிட்டே ஒரு நிபந்தனையும் போட்டார். அந்த மஹா ரத்தினஹாரம் எங்க வம்சத்துக்கு சொந்தமானது. அது வெளியே எடுக்கப்பட்டா எனக்குத்தான் சேரணும்... இதுக்கு நீங்க உடன்பட்டா சுவடிகளை உங்ககிட்ட தர்றேன். அது மட்டுமில்லை... ஹாரத்தில் இருக்கிற சில வைரங்களையும் தர்றேன்னு சொன்னார்.”

பகவான் புன்னகைத்தார். “உடனே இது பொது வழி இல்லைங்கிற போர்டை மாட்டிட்டு நீங்களும் அந்தக் கிழவனும் ஆர்க்கியாலஜி டிபார்ட்மெண்ட்டுக்கு தெரியாமே... அந்த மஹா ரத்தினஹாரத்தை எடுக்கிறதுக்காக - முயற்சி பண்ணினீங்க...!”

“ஆ...ஆமா...”

“அந்த ஹாரத்தைப் பத்தின ரகசிய வாசகங்கள் அடங்கிய ஏட்டுச் சுவடிகள் எங்கே?”

“சொல்றேன்! சொன்னதுக்கப்புறம் என்னையும், எம் பொண்ணையும் விட்டுடணும்...”

“கண்டிப்பா...”

“சிக்கப்பா கொண்டு வந்து கொடுத்த ஓலைச் சுவடிகளில் ரெண்டே சுவடிகளில் மட்டும் - அந்த ரத்தின ஹாரத்தைப் பத்தின தகவல்கள் இருந்துச்சு. எந்த சந்தர்ப்பத்திலாவது டிபார்ட்மெண்டுக்கு இந்த விஷயம் தெரிய நேர்ந்தா... அந்த ரத்தின ஹாரம் அரசாங்க சொத்தாயிடும்ன்னு நினைச்சு...” தனஞ்செயன் தயக்கமாய் பேச்சை நிறுத்தினார்.

“நினைச்சு...?”

“அ... அந்த ரெண்டு ஓலைச் சுவடிகளை ‘ஸ்நேப்’ பண்ணிட்டு எரிச்சுட்டேன்...”

“ஸ்நேப் பண்ணிட்டிங்களா...?”

“அது... மைக்ரோ பிலிம் கேமிரா... கல்வெட்டுகளில் இருக்கிற மிக நுண்ணிய எழுத்துக்களை ‘ஸ்நேப்’ பண்றதுக்காக டிபார்ட்மெண்ட்டில் இருந்த கேமிரா அது...”

“சரி ஃபிலிம் எங்கே?”

தனஞ்செயன் தன் மணிக்கட்டில் இருந்த - பெரிய சைஸ் வாட்ச்சைக் கழற்றி - அதன் பின் பக்கத்தை ஒரு குண்டூசியை வாங்கித் திறந்தார். உள்ளே கடிகாரத்தின் உறுப்புகளுக்கு பதிலாக மெல்லிய நெகடிவ் ஃபிலிம்கள் இரண்டு சுருட்டிய நிலையில் பதுக்கப்பட்டிருந்தன.

எடுத்துக் கொடுத்தார் தனஞ்செயன், “இதில் இருக்கிற எழுத்துக்களை லென்ஸ் மூலமா படிக்க முடியும்...”

பகவான் அதை வாங்கிப் பிரித்துக் கொண்டே கேட்டார்.

“நீங்களும் சிக்கப்பாவும் அந்த காளி கோயில் மண்டபத்துக்குப் போய் பார்த்திருக்கீங்களா...?”

“இல்லை...”

“ஏன்...?”

“இந்த ரத்தின விவகாரம்... அதே சமஸ்தானத்தைச் சேர்ந்த - மந்திரி வம்சாவழி குடும்பத்தைச் சேர்ந்த வர்த்தன்ங்கிற ஒரு பேர்வழிக்கும் தெரிஞ்சு - சிக்கப்பாவை அடிக்கடி அவன் ஃபாலோ பண்ணிட்டிருந்தான்.”

பகவான் சிரித்தார்.

“ஏன் சிரிக்கிறே...?”

“அந்த ரத்தின ஹாரத்தை எடுக்கிறதுக்காக - சிக்கப்பாவை உங்ககிட்டே உதவி கேட்டு வந்த மாதிரி கோயில் ஆராய்ச்சிக்காரனான என்கிட்டே, அந்த வர்த்தன் வந்தான். ரத்தின ஹாரத்தைப் பத்தி சொன்னான். ஆனா அவனுக்கு முழு விவரமும் தெரியலை. காளி கோயிலுக்கு பின்பக்கம் இருக்கிற மண்டபத்தில் புதைக்கப் பட்டிருக்குன்னு - தெரியுமே தவிர - எந்த இடத்திலேன்னு

குறிப்பா தெரியாது. குறிப்பான இடம் தெரியாம... இந்த முயற்சியில் இறங்கறது வீணான வேலைன்னு சொன்னேன். அந்த சமயத்தில்தான் சிக்கப்பா ஓலைச் சுவடிகளோடு உங்களைப் பார்த்து பேசியிருக்கிற விபரத்தைச் சொன்னான் வர்த்தன். உடனே அந்த ஓலைச்சுவடிகளை உங்ககிட்டேயிருந்து – தட்டிட்டுப்போக திட்டம் போட்டோம். இப்ப தட்டிட்டோம்...”

தனஞ்செயன் தன்னைச் சுற்றிலும் நின்றிருந்த அந்த பத்து பேரையும் பார்த்தார். இதுல யார் வர்த்தன்?

பகவான் உமரைப் பார்த்தான்.

“டெப்டி டைரக்டருக்கு உண்மையைச் சொல்லிடு உமர்!”

அவன் தனஞ்செயனை புன்னகையோடு ஏறிட்டான். “அந்த வர்த்தன் இப்போ உயிரோட இல்லை.”

“ஏன்...?”

“கடைசி நிமிஷத்துல அவன் எங்களை நம்பலை. அவனை ஏமாத்த நாங்க போட்ட திட்டத்தை ஒட்டுக் கேட்டுட்டு - போலீஸுக்குப் போன் பண்ணி உங்களை காப்பாத்தச் சொன்னான். விடுவோமா...? நேத்து ராத்திரி... டெலிபோன் பூத்ல பேசிகிட்டிருக்கறப்ப கழுத்துல மப்ளரைப் போட்டு இறுக்கி மேலே அனுப்பிட்டேன்...”

“சி... சிக்கப்பாவை... ஒரு வாரத்துக்கு முன்னாடி கொன்னதும்...?”

“நாங்களே!”

தனஞ்செயன் உடல் நடுங்கியது.

“என்னையும் எம் பொண்ணையும் ஒண்ணும் பண்ணிடாதீங்க. அந்த ரத்தின ஹாரத்தை நீங்களே எடுத்துக்கோங்க... இதைப்பத்தி எந்த ஜென்மத்திலும் யார்கிட்டேயும் நான் சொல்ல மாட்டேன்...”

சௌந்தரி மெல்ல புரண்டாள். அவளைப் பார்த்துக் கொண்டே பகவான் சொன்னார். “தனஞ்செயன்! நாங்க பாம்புங்க மாதிரி...! எங்களுக்கு யாராவது இடைஞ்சல் பண்ணினாத்தான்... நாங்க விஷத்தைக் கக்குவோம்... நான் உங்களை நம்பறேன்... ஆனா நீங்க எனக்கு ஒரு உதவி செய்யணும்...”

“உதவியா? என்ன உதவி...?”

“அந்த ரத்தின ஹாரத்தை நிலவறை சமாதியிலிருந்து எடுக்கிற வரைக்கும் எங்களுக்கு உதவியா நீங்களும், உங்க மகளும் இருக்கணும்... ரத்தின ஹாரம் எங்க கைக்கு வந்ததுமே உங்களுக்கு விடுதலை...”

15

எப்போதோ நடந்தது

இரவின் மூன்றாம் ஜாமம்.

ஜோதிடர் கீரிடாதி கிருபானந்தர் - தன் எதிரே நின்றிருந்த இரண்டு மகன்களையும் ஏறிட்டார்.

"விஜயநந்தன்! வில்லபன்!"

"தந்தையே..."

"ஊர் உறங்குகிற நேரம் இது. உடனே புறப்பட்டு சர்வ ஜாக்கிரதையாய் காளி கோயிலின் பின்மண்டபத்திற்குப் போங்கள். ஈசானிய மூலையில் இருக்கும் கல்லை நகர்த்திவிட்டு, நிலவறைக்குள் நுழைந்து, சமாதியை உடைத்து, தாராவதியின் கழுத்தில் இருக்கும் அந்த நவரத்தின ஹாரத்தைக் கொண்டு வந்துவிடுங்கள். பொழுது புலரும் முன்பு அந்த ஹாரத்தோடு இந்த சமஸ்தானத்தின் எல்லையை விட்டு பலகாதம் சென்றுவிட வேண்டும்..."

"அப்படியே தந்தையே...!"

ஜோதிடரின் இரு மைந்தர்களான விஜயநந்தனும், வில்லபனும் வீட்டினின்றும் வெளிப்பட்டு இருட்டில் நடந்தார்கள்.

இப்போது நடப்பது

சிக்கப்பாவின் வீட்டை விசாரித்துக் கொண்டு சத்தியநாராயணனும், ரகுவும், அந்த தேயிலைத்

தோட்டங்களுக்கு மத்தியில் நடந்து - குடியிருப்பைத் தொட்டார்கள்.

கருங்கற்களான வீடுகள் திசைக்கொன்றாய் சிதறியிருக்க, ஆட்டு ரோமத்திலான சால்வைகளைப் போர்த்துக் கொண்டு ஜனங்கள் தெரிந்தார்கள். சுருட்டு பிடித்துக் கொண்டிருந்த ஒருவரிடம் ரகு கேட்டார்.

"இங்கே சிக்கப்பா வீடு...?"

"அதோ! அந்த வீடேதான்..."

எதிரே தெரிந்த வீட்டைக் காட்டினார் அவர். சத்தியநாராயணனும் ரகுவும் - அந்த வீட்டை நோக்கிப் போக -

வாசலில் உட்கார்ந்திருந்த அந்த ஆணும் பெண்ணும் எழுந்தார்கள். பெண்ணின் காதுகளிலும், மூக்கிலும் பெரிது பெரிதாய் வளையங்கள் ஆடின. ஆண் வேஷ்டியை ஒரு மாதிரி இழுத்துக் கட்டி - கோட் ஒன்றை அணிந்திருந்தான்.

"இது சிக்கப்பா வீடுதானே...?"

அவன் மையமாய் தலையாட்டினான்.

"ஆமா..."

"நாங்க போலீஸ்..."

அவனும் அவளும் லேசாய் பதட்டமடைந்து - வாசலின் ஒரு ஓரமாய் நிமிர்த்தி வைத்திருந்த கயிற்றுக் கட்டிலை கவிழ்த்துப் போட்டு ஆசனமாக்கினார்கள்.

"உட்கார்ருங்க..."

உட்கார்ந்துக் கொண்டே சத்தியநாராயணன் கேட்டார். "சிக்கப்பாவுக்கு நீங்க என்ன ஆகணும்...?"

"நான் மகன். இவ என்னோட மனைவி..."

"உங்க பேரு...?"

"ரங்கப்பா..."

"உங்கப்பாவைப் பத்தி விசாரிக்கிறதுக்காக வந்திருக்கோம். அவர் கொலை செய்யப்பட்டதா கேள்விப்பட்டோம். அதுக்கு காரணம் என்னவாயிருக்கும்ன்னு சொல்ல முடியுமா?"

"எனக்குத் தெரியாது..."

"சிக்கப்பாவுக்கு வயசு நூத்தி அஞ்சுன்னு சொன்னாங்க... உண்மையா...?"

"ஆமா..."

"உங்களுக்கு என்ன தொழில்...?"

"விவசாயம்தான்... உருளைக்கிழக்கு... முட்டைக்கோஸு... ஹோல்சேல் மண்டியும் கோத்தகிரியில் இருக்கு..."

"உங்களுக்கு கூடப் பிறந்தவங்க...?"

"நான் ஒருத்தன்தான்..."

"இந்தக் கொலையை யார் பண்ணியிருப்பாங்கன்னு நினைக்கறீங்க...?"

"தெ...தெ... தெரியலை..." ரங்கப்பா தலையைக் குனிந்து கொண்டான்.

"உங்களுக்கு தனஞ்செயனைத் தெரியுமா?"

"தனஞ்செயனா...?"

"ம்... புதைபொருள் ஆராய்ச்சி நிலைய துணை டைரக்டர்..."

"தெரியாது..."

"சிக்கப்பாவுக்கும் அவர்க்கும் ஏதோ ஒரு வகையில பழக்கம் - இருந்திருக்கு. அவரைப் பார்க்கிறதுக்காக அவரோடு பேசறதுக்காக உங்கப்பா முயற்சிகள் பண்ணிருக்கார்..."

"எ...எனக்குத் தெரியாது..."

"சிக்கப்பாவுக்கும்... இதே பகுதியில் இருக்கற வேற யார்க்காவதும் ஏதாவது வாக்குவாதம் நடந்திருக்கா...?"

அதுவரைக்கும் ஒண்ணும் பேசாமல் தள்ளி நின்று அவர்களுடைய பேச்சைக் கவனித்துக் கொண்டிருந்த ரங்கப்பாவின் மனைவி இடைமறித்தாள்.

"வாக்குவாதம் நடந்திருக்கு..."

ரங்கப்பா பளிச்சென்று மனைவி பக்கம் திரும்பி, "ஏ... ஏய்... சென்னம்மா! நீ... நீ... ஒண்ணும் பேசாத... உள்ளாற போ..."

சென்னம்மா காலில் கொலுசு சத்தத்தோடு முன்னே வந்தாள். "அன்னிக்கு போலீஸ்காரங்க வந்தப்பவும்... எதையும் சொல்ல வேண்டாம்னு என் வாயை மூடிட்டீங்க... உங்க அப்பாவை இழந்த துக்கம் உங்களுக்கு இல்லாம இருக்கலாம்... ஆனா எனக்கு என்னோட மாமனார் இறந்த துக்கம் அடி வயித்துல நெருப்பாட்டம் இருக்கு..."

"சென்னம்மா"

அவள் சத்தியநாராயணனிடம் திரும்பினாள். "அய்யா! என்னோட மாமனாரை ஒருத்தன் கொன்னுருக்கணும்ன்னா, அது வர்த்தனாத்தான் இருக்கணும்..."

"வர்த்தன்? அது யாரு...?"

"கக்கட்டியில் இருக்கான்..."

"கக்கட்டி...?"

"கக்கட்டிங்கிறது ஊரோட பேரு... ஊட்டியிலிருந்து இருபது மைல் கிழக்கே போகணும்... அந்த வர்த்தனுக்கு சொந்த ஊரு அதுதான்..."

"சரி... அந்த வர்த்தனுக்கும் சிக்கப்பாவுக்கும் என்ன தகராறு...?"

"சென்னம்மா! நீ வாயை மூடு...! நானே உண்மையைச் சொல்லிடறேன்..." சொன்ன ரங்கப்பா சத்தியநாராயணனிடம் திரும்பினான்.

"ஸார்... எங்கப்பா... கற்பூரச்சோலை சமஸ்தானத்து ராஜா பரம்பரையைச் சேர்ந்தவர். அந்தக் காலத்துல எழுதப்பட்ட

நூற்றுக்கணக்கான ஓலைச் சுவடிகள் அவர்கிட்டே இருக்கு... அதையெல்லாம் குவிச்சு வைச்சுகிட்டு படிச்சிட்டிருக்கிறதுதான் அவரோட பொழுதுபோக்கு! நாலைஞ்சு மாசத்துக்கு முன்னாடி ஒரு நாள் நானும், என்னோட மனைவியும் - கோத்தகிரிக்கு போய்ட்டு ராத்திரி வீடு திரும்பினபோது - எங்கப்பாவும் ஒரு வயசுப் பையனும் எதுக்காகவோ வாக்குவாதம் பண்ணிட்டிருந்தாங்க... இவர் அது என்கிட்ட இல்லைன்னு மறுத்திட்டிருந்தார். எங்களைப் பார்த்ததுமே வெளியே போயிட்டான். நான் எங்கப்பாகிட்டே அவன் யாருன்னு கேட்டேன். அதுக்கு அவர் 'அவன் பேரு வர்த்தன்...! கற்பூரச்சோலை சமஸ்தானத்துல அவன் பாட்டனோட முப்பாட்டன் மந்திரியா இருந்தானாம்... அவன் வீட்ல இருந்த ஒரு ஓலைச்சுவடியில் 'மஹா ரத்தினஹாரம்' என்கிற விலை மதிப்பில்லாத ஆபரணத்தைப் பற்றிய குறிப்பு இருக்காம். அதைப் பத்தி மேற்கொண்டு தெரிஞ்சுக்கிறதுக்காக... எங்கப்பாகிட்ட இருக்கிற எல்லா ஓலைச்சுவடிகளையும் பார்க்கணும்ன்னு சொன்னானாம்..."

"நடந்த வாக்குவாதம் அந்த ஓலைச் சுவடிக்குத்தானா...?"

"ஆமா..."

"அந்த வர்த்தன் பின்னாடி எத்தனை தடவை உங்கப்பாவைப் பார்க்க வந்திருப்பான்...?"

"ஏழெட்டு தடவை இருக்கும்..."

"அவன் கேட்கிற ஓலைச்சுவடை உங்கப்பா குடுத்திட்டு போக வேண்டியதுதானே? அவர் ஏன் மறுத்தார்..?"

"அப்பாகிட்டே அதையும் சொல்லிப் பார்த்தேன்... அவர் கேட்கலை..."

"உங்கப்பாவுக்கும் தனஞ்செயனுக்கும் பழக்கம் இருந்திருக்கு... இது எப்படி உங்க ரெண்டு பேர்க்கும் தெரியாம போச்சு..?"

“அப்பா கோயமுத்தூர் போறது தெரியும். எதுக்காக யாரைப் பார்க்கப் போனார்னு தெரியாது...”

சத்தியநாராயணன் ரகுவிடம் திரும்பினார். “ரகு! ஒரு விஷயம் க்ளியரா புரியுது. கற்பூரச்சோலை சமஸ்தானம், வம்சாவளி வாரிசு, ஓலைச் சுவடி, மஹா ரத்தினஹாரம், ஆர்க்கியாலஜி டிபார்ட்மெண்ட் இந்த வார்த்தைகள் எல்லாமே ஒரு நேர்க்கோட்ல நிக்குது. எம் மனசுக்கு என்ன தோணுதுன்னா...!”

“ஐ காட் இட் ஸார்...”

“சொல்லுங்க...”

“ஏதோ ரகசியம் அடங்கிய ஓலைச் சுவடிக்காக இந்த சம்பவங்கள் நடந்திருக்கணும்”

“இட்... மே... பி... மஹா ரத்தின ஹாரம்...”

16

எப்போதோ நடந்தது

விஜயநந்தனும் வில்லபனும் அந்த மூன்றாவது ஜாமத்தில் - காளிக்கோயிலின் பலிபீட மண்டபத்திற்கு வந்து சேர்ந்தபோது காற்று வந்து வேகமாய் வீசிக் கொண்டிருந்தது. ஆகாயத்தில் நட்சத்திரங்கள் பிரகாசமாய் இருந்தன.

இருவரும் வாட்களை உருவிக் கொண்டு - மண்டபத்தின் ஈசான மூலைக்குப் போய் - சதுரக்கல்லை நெம்பி உயர்த்தினார்கள். விஜயநந்தன் இடது கையில் ஒரு தீப்பந்தத்தை ஏற்றிக் கொண்டு - உள்ளே இறங்கினான்.

இருவரும் நிலவறையைத் தொட்டு - தீப்பந்த வெளிச்சத்தில் மெதுவாய் நடந்து சமாதியை நெருங்கினார்கள்.

நெருங்கியவர்கள் - கண்களில் பெரிது பெரிதாய் திடுக்கிட்டார்கள். சமாதி தாறுமாறாய் உடைபட்டிருந்தது.

இப்போது நடப்பது

கோக்கலை கிராமத்து தபாலாபீஸில் இருந்த டெலிபோனை உபயோகப்படுத்தி டி.எஸ்.பியைத் தொடர்பு கொண்டார் இன்ஸ்பெக்டர் சத்தியநாராயணன்.

"ஸார்... நான் சத்தியநாராயணன்..."

"சொல்லுங்க..."

"ஒரு வாரத்துக்கு முந்தி அந்த சிக்கப்பாவை யாரோ கொலை பண்ணியிருக்காங்க ஸார்..."

"தெரியும். மேலே சொல்லுங்க..."

"சிக்கப்பாவுக்கு ஒரு மகனும் மருமகளும் இருக்காங்க. இவங்ககிட்டே விசாரணை நடத்தினதில் நிறைய விஷயங்கள் கிடைச்சுது ஸார். சிக்கப்பாவை கொலை பண்ணினது அநேகமா 'வர்த்தன்'னு ஒரு ஆளு. ஊட்டியிலிருந்து இருபது மைல் தூரத்தில் இருக்கிற 'கக்கட்டி'ங்கிற ஊரைச் சேர்ந்தவனாம். அவனைத் தேடித்தான் நானும் மிஸ்டர் ரகுவும் கிளம்பிட்டிருக்கோம்..."

"நோ யூஸ் மிஸ்டர் சத்தியநாராயணன்..."

"ஸார்...!"

"எஸ்! நீங்க தேடிட்டு போகிற வர்த்தன் வேறு யாருமில்லை. டெலிபோன் பூத்துக்குப் பக்கத்துல கொலை செய்யப்பட்டுக் கிடந்த அந்த இளைஞன்தான்..."

"ஸார்...! இந்த விபரம் உங்களுக்கு...?"

"ரெண்டு மணி நேரத்துக்கு முந்திதான் தெரியும். வர்த்தனோட டெட்பாடி போட்டோவைப் பேப்பர்ல போட்டதை... வர்த்தனோட அண்ணனும் அண்ணியும் பார்த்துட்டு உடனே கோயமுத்தூர் வந்துட்டாங்க... அவங்க சொன்ன விவரங்கள்படி - வர்த்தன் ஏதோ ஒரு ஓலைச்சுவடிக்காக அடிக்கடி சிக்கப்பா வீட்டுக்குப் போவானாம். அந்தச் சுவடியில் 'மஹா ரத்தினஹாரம்'ங்கிற ஒரு ஆபரணத்தைப் பத்தின குறிப்பு இருக்காம்."

"ஸார்! இதே விபரங்களைத்தான்... சிக்கப்பாவோட மகன் ரங்கப்பாவும் சொன்னான்..."

"இப்ப கேஸ் உங்களுக்கு பிடிபட்டிருக்கும்ன்னு நினைக்கிறேன். ரத்தின ஹாரம் ஓலைச்சுவடியை - சிக்கப்பா

தனஞ்செயன்கிட்டே கொடுத்து வெச்சிருக்கலாம். அந்த சுவடியை கைப்பத்துறதுக்காக - சம் 'எக்ஸ்' அல்லது ஒரு கேங்க் முயற்சி பண்ணியிருக்கலாம். அந்த முயற்சியின் விளைவுதான் தனஞ்செயனும் அவருடைய டாட்டரும் கடத்தப்பட்டது. சிக்கப்பாவும், வர்த்தனும் கொலை செய்யப்பட்டது..."

"ஸார்! நானும் ரகுவும் இப்ப என்ன ஸ்டெப்ஸ் எடுக்கணும்...?"

"கவனமாக் கேளுங்க..."

17

எப்போதோ நடந்தது

உடைபட்ட சமாதியிலிருந்து கருங்கற்கள் நான்கு பக்கமும் சிதறியிருந்தது.

விஜயநந்தனும் வல்லபனும் - திடுக்கிட்டுப் போய் சமாதிக்குள்ளே எட்டிப் பார்த்தார்கள். உள்ளே வெறுமையாய் இருந்தது.

"விஜயநந்தா! என்ன ஒரு ஆச்சர்யம்! சமாதி உடைபட்டிருக்கிறது. உள்ளே அடக்கம் செய்யப்பட்டிருந்த தாராவதியின் பிணத்தையும் காணோம்..."

"நம் தந்தை சொன்னது இந்த சமாதிதானா...? இல்லை இதே நிலவறைக்குள் வேறு ஏதாவது இடமா?"

"இதே இடம்தான்... சந்தேகமில்லை..."

"இப்போது என்ன செய்யலாம்..."

"யோசிக்க இந்த இடம் உகந்ததில்லை... முதலில் நம் தந்தையிடம் போய் விஷயத்தைச் சொல்வோம்..."

"பொழுது புலர்வதற்குள் நாம் ஊரை விட்டுப் போக வேண்டும். இல்லாவிட்டால் மன்னனின் கையால் நம் தந்தைக்கு மரண தண்டனை என்பது தவிர்க்க முடியாத ஒன்று."

அவர்கள் பேசிக் கொண்டிருக்கும் போதே-

நிலவறைப் படிகளில் -

அந்தச் சத்தம் கேட்டது.

யாரோ நிதானமாய் இறங்கி வருகிற காலடிச் சத்தம். விஜயநந்தனும், வல்லபனும் உஷார் நிலைக்கு வந்து - ஒருத்தரையொருத்தர் பார்த்துக் கொண்டார்கள். கைகளில் இருந்த வாள்கள் தானாய் உயர்ந்தன.

இப்போது நடப்பது

நடு நிசி. ஒரு மணி.

அந்த மலையடிவாரத்தில் வேன் நின்றது. முதல் ஆளாய் பகவான் இறங்க, அவரைத் தொடர்ந்து தனஞ்செயன், சௌந்தரி, பாதுஷா, யோகு, தேவா, உமர் ஆகியோர் இறங்கினார்கள். சுற்றுப்புறம் பூராவும் கறுப்புப் படுதாக்களை தொங்கவிட்ட மாதிரி இருட்டு.

“உமர்...!” பகவான் கூப்பிட்டார்.

“ஸார்...”

“நீ... கடப்பாரைகளையும் கயிற்றுச் சுருளையும் எடுத்துக்க...”

“சரி... ஸார்...”

“யோகு... நீ அந்த எமர்ஜென்சி லைட்டை தூக்கிக்க...”

“தூக்கிட்டேன் ஸார்...”

“தேவா... நீ...?”

“குடிக்கிறதுக்கு தண்ணி, ஜக்... சாப்பிடறதுக்கு பிஸ்கெட்ஸ், ஆசுவாசப்படுத்திக்க சிகரெட்ஸ் எல்லாத்தையுமே எடுத்துக்கிறேன்...”

“தனஞ்செயன்! நீங்க உங்க டிபார்ட்மெண்ட் அறிவையும், அனுபவத்தையும் உபயோகப்படுத்தி - நிலவறைக்குள்ளே போக உதவி பண்றீங்க. அந்த

சமாதியில் இருக்கிற ரத்தின ஹாரம் என் கைக்கு வந்ததும் - உங்களுக்கும் உங்க பொண்ணுக்கும் விடுதலை...”

யோகு கையிலிருந்த ஒரு அடி ட்யூப் லைட் இரண்டு பொருத்தியிருந்த எமர்ஜென்ஸி லைட்டை எடுத்துக் கொண்டு சுவிட்சைத் தட்டினான்.

வெளிச்சம் பாய்ந்தது.

மலையின் இடுப்பில் சிதிலமான கட்டிடங்கள் மிச்சங்கள் தெரிந்தன.

“பகவான்” - தனஞ்செயன் கூப்பிட்டார்.

“என்ன...?”

“இது மாதிரினான சிதிலமான கட்டிடங்களுக்கு ராத்திரி வேளையில் போறது உசிதமில்லை...”

“பகல் நேரத்துல... இந்தப் பக்கம் லேசா ஜன நடமாட்டம் இருக்கு... ஆடு மேய்க்கிற பசங்களுக்கு... மத்தியான நேரங்கள்ல ரெஸ்ட் ஹவுஸே இந்த கட்டிடம்தான். நான் சகலத்தையும் யோசிச்சுப் பார்த்துதான் ராத்திரி வேளையை செலக்ட் பண்ணியிருக்கேன். விடியறதுக்கு இன்னும் நாலு மணி நேரம் இருக்கு... அதுக்குள்ளே... நிலவறை சமாதிக்குள்ளே இருக்கிற ரத்தின ஹாரத்தை எடுக்கணும்...”

யோகு முன்னால் நடக்க - எல்லோரும் அவனைப் பின்தொடர்ந்தார்கள். பதினைந்து நிமிஷ நடைக்குப் பின் கட்டிடங்களின் சிதிலங்கள் கண்ணுக்குச் சிக்கின. சௌந்தரி தனஞ்செயனின் கையை கெட்டியாக பற்றிக் கொண்டாள்.

உள்ளே நுழைந்தார்கள்.

தூண்களில் ஒட்டியிருந்த நூலாம் படைகள் முகத்தில் மோத - எமர்ஜென்ஸி விளக்கின் வெளிச்சத்தில் மிரண்ட வௌவால்கள் குறுக்கும் நெடுக்கும் பறக்க - மெதுவாய் நடை போட்டார்கள். சிறிது தூரம் போனதுமே - ஆட்டுப் புழுக்கைகளின் நாற்றம் காற்றில் காரமாய் அடித்தது. இடது பக்கம் திரும்பி -மண்டப புழுதியில் சிறிது தூரம் நடக்க -

மிகவும் சிதிலமான அந்த காளிகோயில் ஏராளமான இடிபாடுகளோடு வந்தது. அதன் வாயில் புறக் கதவுகள் தூர்ந்து போய் - தெரிய பகவான் நின்றார். "தனஞ்செயன்! ஸ்பாட்டை நெருங்கிட்டோம். நீங்க பார்த்த ஓலைச்சுவடி படி இந்தக் கோயிலுக்குப் பின்னாடிதானே பலிபீட மண்டபம்...?"

"ஆமா..."

"யோகு! லைட்டை முன்னாடி கொண்டு போ..."

அவன் கொண்டு போனான்.

மண்டப படிகட்டுகளில் படுத்திருந்த நான்கைந்து நாய்கள் வெளிச்சத்தைப் பார்த்ததுமே - எழுந்து நின்று ஊளையிட முயன்று ஓடின.

எல்லோரும் மண்டபத்திற்குள் நுழைந்தார்கள். தரை பரப்பு குண்டும் குழியுமாய் கால்களை உறுத்தியது. வௌவால்கள் இருட்டில் கும்பல் கும்பலாய் பறந்து இடம் மாறித் தொங்கின. வெளியே மலையடிவாரத்திலிருந்து நாயொன்று விடாமல் ஊளையிட்டுக் கொண்டிருந்தது.

சௌந்தரியின் இருதயம் 'திக் திக்'கென்று அடித்துக் கொண்டது. கட்டியிருந்த சேலைக்குள் உடம்பு வியர்த்து ஊற்றியது.

பகவான் கேட்டார்.

"தனஞ்செயன்...! ஈசானிய மூலை எது?"

"அதோ!" காட்டினார்.

உமர் கடப்பாரையோடு அந்த இடத்தை நோக்கிப் போனான். மூலையில் மண் மூடியிருந்தது. பகவான் அந்த இடத்திற்கு வந்து பூட்ஸ் காலால் உதைத்து பார்த்துவிட்டு மெல்லிய குரலில் சொன்னார். "இந்த இடத்தை சதுரமாய்க் கொத்தி எடு... உமர்..."

அவன் கொத்த ஆரம்பித்தான்.

மேலேயிருந்த மண் பரப்பு தேய்ந்ததுமே-

உள்ளே - நல்ல கறுப்பில் அந்த சதுரக் கல் தெரிந்தது. பகவான் மலர்ந்தார். “அந்தக் கல்லை நெம்பி எடு உமர்...”

“கர்ரக்... கர... கர... க்ர்ரக்...” என்று பலவிதமான சத்த லயங்களோடு அந்தக் கல்லை கடப்பாறையில் நெம்பி - தூக்கி சுவரோரமாய் சரித்தான்.

கல் பெயர்ந்த இடத்தில் -

சதுரமாய் வழி தெரிந்தது.

“யோகு! லைட்டை இப்படிக் கொண்டு வந்து காட்டு.”

அவன் காட்டினான்.

உள்ளே -

படிகள் போவது தெரிந்தது.

பகவான் சந்தோஷித்தான். “ஓலைச்சுவடி சொல்ற நிலவறை வழி இதுதான்...”

யோகு கேட்டான்.

“இறங்கலாமா ஸார்...?”

“முட்டாள்! இதென்ன நம்ம வீட்டு மாடிப்படின்னு நினைச்சியா? உள்ளே ஏதாவது ஆபத்து ஒளிஞ்சிருக்கலாம். எந்த ஆபத்தும் இல்லாமலும் இருக்கலாம்... அதை தெரிஞ்சுக்காமே - நாம உள்ளே இறங்கக் கூடாது...”

“ஆபத்து இருக்கா... இல்லையான்னு... எப்படி ஸார் தெரிஞ்சுக்கிறது...?”

“தெரிஞ்சுக்க மார்க்கம் இருக்கு. தனஞ்செயன் கையில... விளக்கைக் கொடு... அவர் மொதல்ல இறங்கி உள்ளே போகட்டும்... அவர் கீழே போய் ஆபத்து ஏதுமில்லைன்னு குரல் கொடுத்ததும் நாம ஒவ்வொருத்தரா உள்ளே போவோம்...”

தனஞ்செயன் திடுக்கிட்டார்.

“மொ... மொதல்ல... நா...நான் போகணுமா?”

“சரி... உங்களுக்குப் போக பயமாயிருந்தா... உங்க பொண்ணு சௌந்தரியை மொதல்ல அனுப்புங்க...”

18

எப்போதோ நடந்தது

நிலவறைப் படிகளில் அந்தச் சத்தம் இறங்கிக் கொண்டிருப்பது வெகு துல்லியமாகவே கேட்டது விஜயநந்தனுக்கும், வல்லபவனுக்கும்.

“அண்ணா! யாரோ வருகிறார்கள்.”

“பதுங்கிக் கொள்ளலாமா...?”

“வேண்டாம். எதிர்கொள்வோம்...”

“கையிலிருக்கும் தீப்பந்தத்தை அணைத்து விடு.”

“இருக்கட்டும்! வெளிச்சத்திலேயே... வருபவரை சந்திப்போம்...”

காத்திருந்தார்கள்.

காலடிச் சத்தம் நிலவறையின் தரைக்கு வந்தது. வேலைப்பாடுடன் கூடிய காலணிகள் கண்ணுக்கு - சிக்க இருவரின் பார்வைகளும் மேலே உயர்ந்தது.

அமைச்சர் புன்னகை பூத்த முகமாய் தெரிந்தார்.

“அ... அமைச்சரே! நீ... நீங்களா...?” இருவரின் கைகளில் இருந்த வாட்கள் மெல்லத் தாழ்ந்தன.

அமைச்சர் கேட்டார்... சிரிப்போடு.

“ரத்தின ஹாரத்தை எடுப்பதற்காக – வந்தீர்களா... கிருபானந்தரின் மைந்தர்களே...!”

இப்போது நடப்பது

சௌந்தரி முன் வந்தாள்.

“அப்பா... நீ...நீங்க இறங்காதீங்க...! நான் நான் மொதல்ல இறங்கறேன்...”

“வே...வேண்டாம்மா... நீ இரு...! நான் இ... இறங்கறேன்... உமர்! அந்த லைட்டைக் குடு...!”

சௌந்தரி பாய்ந்து வந்து அவரைப் பற்றிக் கொண்டாள். “நீ...நீங்க போ... போகாதீங்கப்பா...! நான் போறேன்...”

பகவான் குறுக்கிட்டான். “உங்க ரெண்டு பேரோட பாசப் போர் போதும். இதோ பாரம்மா சௌந்தரி! உங்கப்பாவுக்கு இருக்கிற அனுபவம் உனக்கு கிடையாது. உன்னைக் காட்டிலும் அவர் இறங்கறதுதான் உத்தமம்! தனஞ்செயன்! நீங்க இறங்குங்க... உமர்! டெப்டி டைரக்டருக்கு லைட்டைக் கொடு...!”

உமர் லைட்டை நீட்ட, தனஞ்செயன் வாங்கிக் கொண்டார். முகம், கழுத்து, கைகளில் வியர்வை மினுமினுத்தது.

“உங்க குல தெய்வத்தை நினைச்சுகிட்டு இறங்குங்க. ஏதாவது ஆபத்துன்னா குரல் குடுங்க... நாங்க வர்றோம்...”

தனஞ்செயன் உதறிக் கொள்கிற இருதயத்தோடு விளக்கைக் கையில் பிடித்தபடி அந்த இருட்டான சதுரத்துக்குள் இறங்க ஆரம்பித்தார். இரண்டு படிகள் இறங்கியதுமே முகத்தில் ஒட்டடை ஈஷிக் கொண்டது. விலக்கிக் கொண்டு அடுத்த படியில் காலை வைத்தார்.

உள்ளே - அந்தகார இருட்டு.

நாசிக்குப் பிடிக்காத ஏதோ ஒரு மக்கிய மணம்.

படிகள் கீழே போய்க் கொண்டிருந்தது.

மேலேயிருந்து - பகவானின் குரல் கேட்டது. “தனஞ்செயன்! நிலவறையோட தரை வந்துடுச்சா...?”

“இன்னும் இல்லை...”

“படிகள் முடிஞ்சதும் குரல் கொடுங்க...”

“சரி...”

பிடிவாதமாய் தொடர்ந்து வந்து கொண்டிருந்த ஒட்டடையை இடதுகையால் ஒதுக்கிக் கொண்டு, வலது கையால் லைட்டைப் பிடித்தபடி ஒவ்வொரு படியாய் இறங்கிக் கொண்டிருந்தார் தனஞ்செயன்.

அறையின் தரைப் பரப்புக்கு வந்ததும் - நின்று சுற்றும் முற்றும் பார்த்தார். நிலவறைத் தூண்களில் ஒட்டடை காய்த்து தொங்கியது. ஏதோ ஒரு ஊற்றின் நீர்க்கசிவு காரணமாக நிலவறையின் பாறைச் சுவர்கள் பாசிப் பிடித்துப் போய் தெரிந்தன. தனஞ்செயனின் விழிகள் நாலா பக்கமும் பயமாய் சுழன்று -

ஒரு இடத்தில் திக்கென்று நிலைத்து நின்றது. ‘இதென்ன எலும்புக் கூடுகளா...?’

அதே விநாடி -

அவருடைய முதுகுக்குப் பின்னால் ஒரு பெரு மூச்சு சத்தமும் கேட்டது!

19

எப்போதோ நடந்தது

அமைச்சரின் பேச்சைக் கேட்டதும் விதிவிதிர்த்துப் போனார்கள் விஜயநந்தனும், வல்லபனும். அமைச்சர் சிரித்தார். "கீரிடாதி கிருபானந்தருக்கும், உங்களுக்கும் என் நெஞ்சார்ந்த அனுதாபங்கள். அந்த ரத்தினஹாரம் என் கைக்கு வந்து சரியாய் அரை நாழிகை நேரமாகிறது. என் ஆசைக்குரிய தாராவதி அதை அணிந்து கொண்டு இந்நேரம் இந்த சமஸ்தான எல்லையை விட்டு - கன்னட தேசத்தில் இருக்கும் - எனக்கும் அவளுக்கும் மட்டும் பரிச்சயமான ஒரு - சிற்றூரை நோக்கிப் புரவியில் போய்க் கொண்டிருப்பாள். நான் இன்னும் சில நாட்கள் கழித்து - அமைச்சர் பதவி வேண்டாமென்று சொல்லிவிட்டு - அவளோடு போய்ச் சேர்ந்து கொள்வேன்..."

விஜயநந்தன் வியப்பாய் கேட்டான்.

"தாராவதி இறக்கவில்லையா...?"

"இல்லை. என் தாராவதி இறக்கவில்லை. நீரிலும் நிலத்திலும் மூச்சடக்கும் கலை அவளுக்கு நன்றாகவே தெரியும். நான்கு நாழிகை நேரம் மூச்சடக்கி மரக்கட்டையாய் கிடக்க அவளால் முடியும். அந்த வித்தைதான் எனக்கு - சாதகமாக பயன்படுத்திக் கொண்டேன். அவள் அருந்திய பாலில் எந்த மூலிகைச் சாறும் கலக்கவில்லை.

கலந்திருப்பதாக பொய் சொன்னேன். பாலைக் குடித்ததும் மயக்கமானது போல் நடித்தாள் என் தாராவதி... அவளை சமாதிக்குள் வைத்து அடக்கம் பண்ணியதும் சிறிது நேரம் கழித்து நான் இங்கு வந்து சமாதியை உடைத்து அவளை மீட்டேன். அவளுக்கு ஆண் வேடத்தை புனைந்து ஒரு புரவியின் மேல் ஏற்றி அனுப்பி வைத்தேன்."

வல்லபன் சீறினான்.

"நயவஞ்சக நரியே...!"

"உன்னுடைய அப்பன் மட்டும் என்னவாம்...?"

"பாவி! உன்னைத் தொலைத்து விடுகிறேன்!"

இருவரும் வாட்களோடு பாய்ந்த விநாடி -

அமைச்சர் தன் இடுப்பின் இரண்டு பக்கங்களிலும் சொருகி வைத்திருந்த குத்து வாள்களை எடுத்து கண்ணிமைக்கும் நேரத்தில் வீச மார்புகளில் பாய்ந்துவிட்ட குத்து வாள்களோடு இருவரும் வீழ்ந்தார்கள்.

இப்போது நடப்பது

பெருமூச்சு சத்தத்தைக் கேட்டு திடுக்கிட்டுப் போய் திரும்பினார் தனஞ்செயன். பத்தடி தொலைவில் நாகம் ஒன்று படத்தை எடுத்தபடி - மூச்சு விட்டுக் கொண்டிருந்தது. விளக்கு வெளிச்சத்தில் அதன் பச்சை நிறக் கண்கள் மின்னின.

தனஞ்செயன் மெல்ல பின்வாங்கி - பக்கத்தில் கிடந்த - ஒரு பெரிய கல்லை எடுத்து அதன் மேல் உக்கிரமாய் வீச – அது செம்மையாய் அடிபட்டு உயிர்க்கு பயந்து - சரசரவென்று ஓடியது.

"தனஞ்செயன்! நிலவறையோட தரைப் பரப்பு வந்தாச்சா...?" தலைக்கு மேலே பகவானின் குரல் கேட்டது.

"வந்தாச்சு..." குரல் கொடுத்தார்.

"ஆபத்தான விஷயம் ஒண்ணுமில்லையே?"

"இல்லை..."

"நாங்க வரலாமா...?"

"வாங்க..."

அடுத்த இரண்டு நிமிஷ நேரத்திற்குள் எல்லோரும் இறங்கி வந்தார்கள். சௌந்தரி பயமாய் வந்து தனஞ்செயனைக் கட்டிக் கொண்டாள்.

பகவான் சுற்றும் முற்றும் பார்த்தான். "என்ன இவ்வளவு இருட்டா இருக்கு...? இவ்வளவு கும்மிருட்டா இருக்கும்ன்னு தெரிஞ்சிருந்தா... இன்னும் ரெண்டு லைட்டை கொண்டு வந்திருக்கலாம்..."

தனஞ்செயன் கூப்பிட்டார்.

"பகவான்..."

"அந்தப் பக்கமா... ரெண்டு எலும்புக் கூடுகள் கிடக்கு... பாம்புகளும் நிறைய இருக்கும் போலிருக்கு..."

பகவான் சிரித்தார். "அந்தக் காலத்திய நிலவறை... எல்லாமே இருக்கும்...! சமாதி எந்த இடத்துல இருக்குன்னு பாருங்க..."

"இன்னும் கொஞ்சம் முன்னாடி போகணும்."

லைட்டை உயர்த்திக் கொண்டே தனஞ்செயன் முன்னால் நடக்க மற்றவர்கள் பின்தொடர்ந்தார்கள். காலடிச் சத்தம் கேட்டு - ஜந்துகள் விருட் விருட்டென்று பூமியின் வளைகளுக்குள் ஓடி மறைந்தன.

"அதோ! அங்க ஏதோ மேடு மாதிரி தெரியுது..."

எல்லோரும் அதை நெருங்கிச் சூழ்ந்தார்கள். பகவான் சமாதியைச் சுற்றி வந்து ஆச்சர்யப்பட்டார்.

"சமாதி ரொம்பவும் சிதிலமா இருக்கே... யாரோ ஏற்கனவே பெயர்த்த மாதிரி..."

"எத்தனையோ வருஷங்களுக்கு முந்தின சமாதி... சிதிலமாகாமே இருக்குமா... உமரையும் யோகுவையும் தோண்டச் சொல்லுங்க... பகவான்..."

உமர் கடப்பாறையையும், லோகு ஒரு சிறிய மண்வெட்டியையும் உபயோகப்படுத்தி சமாதியைக் கொத்த ஆரம்பித்தார்கள்.

பதினைந்து நிமிஷ நேரம்!

வெறும் மணலாகவே வந்து கொண்டிருந்தது.

பகவான் தனஞ்செயனை ஏறிட்டார். "என்ன... பாடி அடக்கம் பண்ணினதுக்கான அடையாளமே இல்லையே? இந்த சமாதிதானா? இல்லை வேற ஏதாவது சமாதியா?"

சமாதியைத் தோண்டிய உமரும் யோகுவும் பெருமூச்சுக்களை வாங்கிக் கொண்டே உட்கார்ந்து விட பாதுஷாவும், தேவாவும் சுவரோரமாய் போய் எதையோ உற்றுப் பார்த்துக் கொண்டிருந்தார்கள். பகவான் களைப்பாய் சிகரெட்டை தேடினார்.

எமர்ஜென்ஸி லைட்டைக் கையில் வைத்துக் கொண்டிருந்த தனஞ்செயன் சௌந்தரியை பார்த்தார். புருவங்களால் 'ரெடியா?' என்பது போல் கேட்க - அவளும் புருவங்களை 'ரெடி' என்றாள்.

அடுத்த விநாடி -

தனஞ்செயன் தன் கையிலிருந்த எமர்ஜென்ஸி லைட்டை 'விர்ரென்று' காற்றில் வீசி - பகவானின் பின்னந்தலையை நொறுக்கினார்.

"ஆ...ஆ...ஆ...ஆ..."

விளக்கு சிதறி குப்பென்று இருட்டு சகல இடத்திலும் ஒட்டிக் கொள்ள -

தனஞ்செயனும் சௌந்தரியும் - ஏற்கனவே அடையாளம் பார்த்துக் கொண்டிருந்த நிலவறைத் தூண்களின் மேல் முட்டி மோதிக் கொள்ளாமல் -

அம்புவிட்ட மாதிரி -

நிலவறைப் படிகளை நோக்கி - 'விர்ரென்று' பாய்ந்தார்கள்.

"தேவா! அவங்க ஓடறாங்க...!"

"எந்தப் பக்கம்ன்னு தெரியலையே..."

"சிகரெட் லைட்டரைக் கொளுத்து..."

"அதைத்தான் தேடிட்டிருக்கேன்..."

"சீக்கிரம்."

"கிடைச்சிருச்சு...!"

"ப்பட்டக்... ப்பட்டக்!"

"சே! எரியலை..."

"பகவான் என்ன ஆனாரு...?"

"கீழே விழுந்திருக்காரு..."

"இடுப்பைத் தடவி ரிவால்வரை எடு..."

"இருட்டுல எதுவும் தட்டுப்படலையே...?"

"ப்பட்டக்...ப்பட்டக்..."

"கிழவன் கவர்ன்மெண்ட் புத்தியைக் காட்டிட்டான்."

"ப்ப்பட்டக்...!" லைட்டர் சுடரை பிரசவித்தது.

"அதோ படியில ஏறிக்கிட்டிருக்காங்க..."

உமர் பகவானின் இடுப்பிலிருந்த ரிவால்வரை உருவிக் கொண்டு பாய்ந்தான். "டுமீல்..."

தோட்டா எங்கோ பாய்ந்து பாறையை உதிர்த்தது. உமர் வெறி பிடித்தவனைப் போல் மாடிப்படிகளில் ஓடினான்.

20

எப்போதோ நடந்தது

விஜயநந்தனும் வில்லபனும் உயிரிழந்து வீழ்ந்ததும் - அமைச்சர் அவர்களை காலால் புரட்டிவிட்டு திரும்பினார். திரும்பினவரின் முகம் கார்மேகமாயிற்று.

நிலவறையின் கடைசிப் படியில் ஆனந்தவர்ம ராஜாவும் இரண்டு சேவகர்களும் நின்றிருந்தார்கள்.

"அரசே!"

"கற்பூரச்சோலை சமஸ்தானத்து அமைச்சர் பெருமகனார்க்கு என் வணக்கங்கள். அதாவது அனுதாபம் கலந்த வணக்கங்கள். அரசியாரின் கழுத்தில் இருக்கும் ரத்தின ஹாரத்திற்காக நீங்கள் ஒரு பக்கமும், ஜோதிடர் ஒரு பக்கமும் சூழ்ச்சிகளை மேற்கொண்டதை நானறிவேன். அமைச்சரே! உங்கள் ஆசைக்கிழத்தி தாராவதி - நம் சமஸ்தானத்து எல்லையிலேயே மடக்கப்பட்டு விட்டாள். ஜோதிடர் சற்று நேரத்திற்கு முன்தான் கொல்லப்பட்டார்... உங்களுக்கு ஒரு முடிவு கட்டத்தான்... சேவகர்களோடு வந்திருக்கிறேன்... தாராவதியைத்தான் உயிரோடு சமாதி வைக்க முடியவில்லை... உங்களையாவது... அப்படி வைக்க வேண்டுமென்று எனக்கு ஆசை..."

சொன்னவர் சேவகர்களைப் பார்த்தார். அவர்கள் அமைச்சரின் மேல் பாய்ந்து - அவரைக் கயிற்றால் கட்டி - கீழே உருட்டினார்கள்.

"அமைச்சரே! நிலவறைக் கல்லை... மேலே சாந்து பூசி அடைத்து விடப் போகிறேன். தாகத்தாலும் பசியாலும் - இந்தப் பிணங்களின் நாற்றத்தாலும் அவதிப்பட்டு கொஞ்சம் கொஞ்சமாய் உயிரை விடுங்கள்."

"அரசே!"

"...."

"என்னை மன்னித்து விடுங்கள் அரசே!"

"...."

அமைச்சரின் கதறலைப் பொருட்படுத்தாமல் ஆனந்தவர்ம ராஜா சேவகர்களோடு - நிலவறைப் படிகளில் ஏறிக் கொண்டிருந்தார்.

இப்போது நடப்பது

இந்த நடுநிசி நேரத்தில் - கோக்கலை போலீஸ் ஸ்டேஷனிலிருந்து ஜீப் ஒன்று சீறிக் கொண்டு கிளம்ப, பின்சீட்டில் இன்ஸ்பெக்டர் சத்தியநாராயணனும் – சப்-இன்ஸ்பெக்டர் ரகுவும் உட்கார்ந்திருந்தார்கள். கோக்கலை ஸ்டேஷன் இன்ஸ்பெக்டர் ரஞ்சன் ஜீப்பை விரட்டிக் கொண்டே சொன்னார். பின்னால் ரகு, வேன் நிறைய போலீஸ் கான்ஸ்டபிள்கள்.

"வயர்லெஸ் சகிதம் ஒரு ஆளை... சமஸ்தானத்து இடிபாடுகளுக்குப் பக்கத்துல உட்கார்ந்து வாட்ச் பண்ணச் சொன்னது எவ்வளவு உபயோகமான விஷயம்ன்னு இப்பத்தான் ஸார் தெரியுது. ஒரு வேன்ல மொத்தம் ஏழு பேர் வந்து இறங்கியிருக்காங்களாம். ஒரு பொண்ணு ஆறு ஆண்கள். அந்தப் பெண் அநேகமா சௌந்தரியா இருக்கலாம்."

ரகு குறுக்கிட்டார். "டி.எஸ்.பியோட அஸ்ஸெம்ப்ஷன் கரெக்ட் ஸார்! தனஞ்செயனையும் அவரோட டாட்டரையும்

கடத்தின ஆட்கள் எப்படியும் அந்த சமஸ்தானத்து இடிபாடுகளுக்கு வருவாங்க. எத்தனை நாளானாலும் பரவாயில்லை, நீங்க ஸ்பாட்லேயே இருந்து க்ளோஸா அப்ஸர்வ் பண்ணிட்டு வாங்கன்னு சொன்னது எவ்வளவு யூஸ்புல்லான சஜஷன்ஸ்ன்னு இப்பத்தான் புரியுது...”

“தேவைப்பட்டா மட்டும் துப்பாக்கியை உபயோகப்படுத்தலாம்! ஆட்களை உயிரோட அமுக்கிறது அவசியம்.”

ஜீப் மலையடிவாரத்தை நெருங்கியது.

“ஸார்... ஒரு வேன் நிக்குது.”

“அதுக்குப் பின்னால கொண்டு போய் ஹால்ட் பண்ணுங்க.”

ஜீப் வேனுக்குப் பின்னால் போய் நின்ற அதே விநாடி -

ரகு கத்தினார்.

“ஸார்! யாரோ ரெண்டு பேர் மலைச் சரிவில வேகமா ஓடி வர்றாங்க.”

“சர்ச் லைட்டை ஆன் பண்ணி அவங்க மேலே ஃபோக்கஸ் பண்ணுங்க.”

ஜீப்பின் பக்கவாட்டில் பொருத்தியிருந்த சர்ச் லைட்டை ‘ஆன்’ செய்து ஓடி வருகிற நபர்களின் மேல் அடித்தார் ரகு.

“ஸார்! அவங்க தனஞ்செயனும், சௌந்தரியும்...! யார்க்காகவோ பயந்து ஓடி வர்றாங்கன்னு நினைக்கிறேன்...”

“டேக் ரெஸ்க்யூ ஸ்டெப்ஸ்...”

ரகு ரிவால்வரோடு கீழே குதித்தார்.

கான்ஸ்டபிள்கள் உயர்த்திய ரைஃபிள்களோடு வேனிலிருந்து சரிந்து - இரண்டு அணிகளாய் பின்தொடர்ந்தார்கள்.

சரிவில் இறங்கி வந்து கொண்டிருந்த தனஞ்செயன் மகளின் பக்கமாய் திரும்பினார்.

“சௌந்தரி! வீ ஆர் இன் ஸேஃப்... போலீஸ் வந்துட்டாங்க...”

‘அதானே! எப்படி?’ ஆச்சர்யப்பட்டுக் கொண்டே ஓடினாள் சௌந்தரி.

● ● ●

www.ingramcontent.com/pod-product-compliance
Lightning Source LLC
LaVergne TN
LVHW100253051026
849517LV00006B/2075
9789390771707